I0581083

NHẠC ĐIỆU CỦA BẦY ONG

Tập Truyện

CUNG TÍCH BIỀN

NHẠC ĐIỆU CỦA BẦY ONG
Tập truyện Cung Tích Biền
THAO THAO xuất bản
California, Hoa Kỳ 2021

Chủ biên: Trần Ngọc Nhị Hoàng
Kỹ thuật & đọc bản thảo: Nhị Hoàng

Trình bày bìa: Hubert Phan
Tranh bìa: Gia Khải
Dàn trang: Lê Giang Trần

CUNG TÍCH BIỀN

NHẠC ĐIỆU CỦA BẦY ONG

Tập Truyện

THAO THAO
2021

LỜI GIỚI THIỆU
CỦA NHÀ XUẤT BẢN THAO THAO

Lịch sử nước nhà, suốt hơn bảy thập kỷ qua, kể từ 1945, là chiến tranh, chia cắt lãnh thổ, nội chiến. Thời ngưng đạn bom sau 1975 vẫn trong đối kháng triệt để ý thức hệ chính trị, giữa nhân dân với chính quyền toàn trị, giữa người Việt với người Việt. Nồi da xáo thịt. Nói chung, nước nhà tới nay, chưa bao giờ hưởng được một thời đại, đúng nghĩa thái bình.

Đứng trong bóng lịch sử ấy, Cung Tích Biền là chứng nhân, kẻ ít nhiều đã tham dự; cũng là nạn nhân từ những tương tác đứt gãy của thời thế, chia ly, loạn lạc, máu lửa chiến tranh; những hiện thực phá sản, xuống cấp một xã hội đáng ra phải là những thăng tiến đúng nghĩa một đất nước hòa bình an lạc thời hậu chiến. Vì thế, văn chương ông không thể nào tách thoát khỏi những hệ lụy này.

Trong bài viết kỷ niệm cuộc gặp gỡ với nhà thơ Hữu Loan, 1987, Cung Tích Biền đã viết:

- *Lịch sử, Người nước tôi, như tự sơ nguyên, định mệnh đã cài lắp những triền miên nội tình thù nghịch lẫn nhau, chẳng phép mầu nào có thể hòa/ hóa giải. Cho tới hôm nay, vẫn là một chờ đợi khó khăn: "Giờ phán xét cuối cùng".*

Dưới đây là đoạn trích từ Lời giới thiệu số Đặc biệt Văn chương Cung Tích Biền của Tạp chí Da Màu, tháng 3, năm 2008:

"Văn chương Cung Tích Biền là văn chương của nạn nhân và chứng nhân lịch sử. Trong mỗi nhân vật, mỗi phận đời, mỗi lời nói, mỗi não trạng, mỗi mảnh thịt xương của họ là một phần sự sống mà Cung Tích Biền đã đau đớn phó thác vào". [www. Damau.org]

Trong một lần trả lời phỏng, vấn nhà văn cũng đã phát biểu:

"Tác phẩm, mới là cái Có-Mặt. Mới là thường-trực-trả-lời.

"Một thường-trực-trả-lời, trong hoàn cảnh Việt Nam hôm nay, phải là một trung-thực-chịu-nạn".

"Văn chương có thể huyền ảo, nhưng trách nhiệm của Nhà văn không hề là một hư ảo".

*

Tập truyện *Nhạc Điệu của Bầy Ong* gồm mười lăm [15] truyện ngắn, được Cung Tích Biền viết trong hoàn cảnh chính trị rất khó khăn, tự thân mang nhiều khổ lụy, trước khi ông ra nước ngoài. Hầu hết truyện có trong tập này, đã được ông công bố trên rất nhiều trang mạng thông tin toàn cầu, các báo giấy, tập san văn chương trên đất Mỹ, đặc san Xuân, nhật báo Người Việt, Việt Báo... ngay khi ông còn ở trong nước.

Nhạc Điệu của Bầy Ong, thể hiện sự không ngừng đổi mới, tách thoát khỏi bút pháp, văn phong, cấu trúc truyện, lẫn ngôn ngữ riêng của chính ông trước đó. Nhà văn đi vào thế giới hiện thực huyền ảo; nội dung hư huyễn; trú ẩn trong lớp áo ẩn dụ, ngụ ngôn, thực mộng một tương giao, hòa trộn. Thế giới văn chương của Cung Tích Biền, vì thế, đã mở rộng, dị thường. Điều ấy cũng/ đã phù hợp một tình thế mới, phản ảnh một xã hội mới. Một dặm dài sử lịch trải nhiều thập kỷ quái lạ, hoang mị, và xót đau, bậc nhất trong lịch sử cổ kim của nước nhà.

**

Theo Tác giả, lần in này ông có đọc lại, chỉnh sửa ít nhiều. *Mọi tham khảo, trích dẫn về sau rất mong được căn cứ vào chính bản văn có trong tập truyện này, Bản in của năm 2020* Nhà xuất bản ThaoThao ấn hành.

Năm 2021 cũng là năm Kỷ niệm 65 cầm bút, và 55 năm bút hiệu Cung Tích Biền.

Chúng tôi gởi theo đây Lời chân thành cảm ơn quý Nhà văn, Nhà phê bình văn học, quý Độc giả bấy nay đã tận tình đến với văn chương Cung Tích Biền.

Trân trọng

Nhà xuất bản THAO THAO

Cung Tích Biền
(*ảnh Nguyễn Mỹ Dung, 2012*)

CÓ THỂ

Thằng bé chín tuổi bị bịnh down, mập ị, vác cái cưa máy, loại cưa cầm tay cha nó vẫn dùng để cưa những vật tương đối nhỏ.

Thằng down nói với thằng bé thần đồng, cùng tuổi:

"Mày ngay đơ cái chân mày ra. Tao nhấn điện một nhát là cái bàn chân của mày đứt lìa khỏi cẳng chân. Ngon ơ. Mày dám chơi hông?"

Thần đồng trả lời:

"Chơi thì tao dám chơi nhưng tao sợ máu".

Thằng khờ down khẳng định:

"Cưa cái chân như cha tao cưa gỗ làm sao có máu".

Thằng bé cực thông minh, được công nhận là thần đồng nhìn cái lưỡi cưa, thấy cũng ngắn và xinh xắn.

Thần đồng hỏi thằng khờ:

"Tao chìa cái chân tao đây này… Mày cam đoan không chảy máu thật ư?"

Thằng Khờ khẳng định:

"Cha tao cưa củi tao nào thấy củi chảy máu".

Một phần thịt-xương-của-nhà-thông-thái chìa ra. Cái cưa nhẹ nhàng đặt lên thịt mềm. Và Khờ nhấn điện.

Bồ Đề Cốc, 9-2009

GIA SẢN TRONG BÓNG ĐÊM [*]

Truyện ngắn dưới đây trong chùm 3 truyện liên hoàn, viết nhân 40 năm sau Biến cố Tháng 4-1975, khi Tác giả sắp bước vào thềm của tuổi 80. Truyện, một cưu mang khí hậu của hiện thực huyền ảo, đứa con sinh đôi của một dòng thời sự dai dẳng, dài dặc, quái đản, được gọi chung, là lịch sử.

1

Bát tiên là tám vị tiên, trong đó có một tiên Bà. Mỗi người ở một động đá trong đảo Bồng Lai, nơi của trường sinh bất tử. Trương Quả Lão là một trong tám vị tiên. Trương có một cái trống cơm và một con lừa. Lúc cỡi lừa Lão tiên thường quay mặt về phía đuôi con lừa. Con lừa đi tới, Lão nhìn lui. Lúc không cỡi, Trương Quả Lão thu nhỏ con lừa bỏ vào cái bị cói, rồi mang kè kè.

Câu chuyện thần tiên ấy đã mấy nghìn năm trôi. Tôi thì hiểu theo một cách khác: *"Phép thuật không do nơi Thuật sĩ Trương Quả Lão. Chỉ là do con lừa biết tự thu nhỏ để rúc vào cái bị cói* mà thôi".

**

Con người cùng vịt chó, heo gà, ngựa bò, mèo trâu, cùng sống chung dưới một mái nhà, chung cùng khu vườn, làng xóm, thân ái như người với người. Đêm mùa đông mưa lạnh, cháu đắp thêm cho ông nội tấm chăn, người chủ ra chuồng trâu bò quầy bọc thêm một lớp màn nhựa chỗ phên mành, cho con vật nuôi của mình bớt run rẩy. Cả thảy là tình thân, mối âu lo giữa những thân hình còn máu chảy châu thân trên mặt đất.

Bốn mươi năm đi qua cây cầu số phận, cùng chung nhìn dòng nước bạc, cuộc đời chóng vánh đổi trắng thay đen, tôi yêu thương con Đốm với con Ung vô cùng, dù chúng không là *"tài sản"* của riêng tôi. Nó là của Bóng Đêm.

2

Từ bé chí lớn, là người hay đi đó đây, gặp nhiều biết nhiều, tôi chưa từng thấy một con chó dòng-giống-nội-địa nào to lớn một cách kỳ dị như con chó Ung. Nó cao cỡ một con bò nghé, mập vừa đủ để khen là mập-đẹp. Tia mắt nhìn, sáng quắc lẫn một chút đượm buồn, như mắt người. Mỗi lần Ung nhìn, là, *như có cái nhìn tâm sự của con người từ trong một con chó nhìn ra.*

Điệu dáng Ung hiền hòa. Bộ lông đặc biệt dài như bờm ngựa, đều đặn, mịn như tơ, có một màu hòa hợp giữa Vàng với Đỏ. Đó là Màu Da cam.

Hai màu Vàng-Đỏ hòa chung với nhau ắt màu vàng cầm chắc cái "thiệt thòi". Nhưng màu đỏ, màu đã đã đánh gục màu vàng, khi hòa chung, nó cũng bị phỉ báng, chẳng còn nguyên là Đỏ. Nó bị ung ung, mơ hoặc trong sắc nâu. Sự phôi pha trong cuộc hóa màu này làm cho thân hình vốn khác lạ của con Ung càng thêm khác lạ, nửa thực nửa ảo. *Màu vàng đã mất, nhưng nó giữ được cái hồn trong màu tái sinh.*

3

Buổi chiều, ngược ánh nắng, con chó Ung ngồi đắm đuối nhìn cõi tà huy mông lung, ta thấy nó như một *vật-thiên-nhiên*, như được trời đất dùng khói núi, mây mù của biển, pha màu mà vẽ ra.

Vì mệnh đời mau chóng đổi thay, còn đó mất đó, lên voi xuống ngựa tức thì, người đời gọi ví von đó là *bức-tranh-vân-cẩu*, là hoạt hình có từ mây hoàng hôn, vào mỗi lúc chiều tà. Con chó do mây đen xám tạo hình bay lãng đãng nơi chân trời, biến ảo khôn lường kia, khi chó khi mây, rất khác con Ung. Ung ngồi đây, một định vị rõ thật, máu và màu chiều hãy còn chảy trong châu thân. Nó biết nhìn mặt trời lặn, chờ đêm tới, một cách *vọng-minh-nguyệt*.

Tôi gọi đùa, *Con chó tương tư*.

4

Ung có một thân mình dài, bờ lưng và mông mập khỏe, bốn chân thon cao, thoạt trông như thân hình một con ngựa non. Rất lạ là dọc hai bên sống lưng của Ung gồ lên mỗi bên một vạch dài như một đôi cánh, có tượng hình mà không mọc ra được. Tiếc cho một hóa kiếp chưa thành. Nếu đôi cánh mọc ra đầy đủ, Ung sẽ là một con vật thần thoại, *ngựa-có-cánh*, thời nhân loại có con lân mặt người, thánh nữ giao hợp với thần linh để ra những thần nhân.

Con Ung rất cần đôi cánh, rất muốn bay về trời, mà kiếp này đành ngồi đây, nhìn Sàigòn trong tư thế bốn chân.

5

Bây giờ, người ta gọi cái Ngã Năm Chuồng Chó của Sàigòn xưa kia, trước 1975, là ngã Sáu Gò Vấp, vì nay nó được mở thêm một con đường thứ sáu vào ngã năm này.

Sở dĩ ngày ấy có tên Ngã Năm Chuồng Chó vì nơi đây, ngay giao lộ, phía đầu đường hạ cánh của sân bay Tân Sơn Nhất, có một trường nuôi dạy chó của quân đội Cộng Hòa, gọi là trường Quân Khuyển. Các khuyển binh được nuôi riêng rẽ trong mỗi chuồng. Có thể do một cách gọi nào đó có trước chăng, hay có thể do dân ta giàu hí lộng, hoặc do cách chịu chơi Nam bộ, nên gọi cái ngã năm đô hội, có người son phấn ngày ngày đi qua là Ngã Năm Chuồng Chó.

Tôi quen biết vài sĩ quan của trường này, có lúc ghé chơi. Nhìn những khuyển binh bốn cẳng to lớn, hầu hết được nhập nội từ các xứ da trắng, tôi có phần nghi ngại.

Được nuôi dạy rất kỷ luật, lính khuyển rất tinh khôn. Tập họp đứng ngồi theo đúng hàng lối. Có chó lính, chó chỉ huy. Chó đàn anh đàn em. Chó xếp, chó tép riu đàng hoàng. Lỗ mũi, con mắt, hai vành tai bọn nó tinh tường hơn con người. Biết nhận ra mùi cốt mìn, thuốc nổ, chất ma túy, mùi của… quân thù, nói rõ hơn, là mùi tư bản khác với mùi vô sản.

Nhưng nhìn chung, trong bọn chó to lớn, hùng tráng của trường Quân Khuyển, chẳng con nào sánh bằng Ung, *một con chó vĩ đại.*

6

Ung là con vật nuôi của Phiêu Thiền Dật sĩ. Một lần tới chơi tôi ngạc nhiên thấy Ung nhìn khách lạ, không sủa tiếng nào. Nó lặng lẽ từ hiên nhà đi thong thả vào trong, nằm ung dung dưới chân ghế của Phiêu Thiền.

Phiêu Thiền trong bộ bà ba trắng, thường uống trà, mê say đọc sách, có khi đánh cờ tướng với tôi suốt buổi. Ung vẫn nằm yên, lâu lâu nó đưa bộ răng trắng nõn gặm vào ống quần của Phiêu Thiền lôi nhẹ, ý là, *Cũng già rồi, ông chủ nên ngưng tí chút mà dưỡng sức khoẻ.* Con chó Ung có một bờ môi đỏ, bộ răng tuyệt đẹp, tự nhiên, không nhờ vả gì vào kem đánh răng.

Ung đưa một đôi mắt rất người, nhìn khách, trong lúc chúng tôi uống rượu, hàn huyên. Chúng tôi trò chuyện trăm sự đời, có khi vui khi buồn, khi cười cợt, khi buông trầm, cung bật tri âm. Con Ung nghe ngóng, vểnh hai vành tai, mắt liếc nhìn người này sang người kia theo câu chuyện dẫn. Chừng như nó đắc ý hay buồn bã theo mỗi câu chuyện. Nó rung chân, quẫy đuôi nhẹ nhàng. Ý chừng nó hiểu cái thế thái nhơn tình, cái màu đời đỏ-đen-vàng-nâu đang rung chuyển trong tâm dạ chúng tôi. Nhưng nó có chút tôn trọng, nghĩa là nó hiểu ra cái quyền tự do phát biểu nơi mỗi con người, Ung tuyệt không "hồ hởi" mà "đột xuất phát biểu ý kiến" chen vào.

Sủa, cũng là một góp ý, lời phát biểu.

7

Chó là con vật tình nghĩa, giữ nhà, bảo vệ chủ là trên hết. Cả bóng trăng đêm khuya lay động trong cành cây góc lá chúng cũng nghi ngờ kẻ trộm, phát ngôn gâu gâu. Tôi thắc mắc, hỏi chủ nhà về sự im lặng của con Ung, một *"hàm thanh"* mang tính Đạo này. Giải thích sự *"ngậm tiếng"* đáng nể của Ung, Phiêu Thiền phán một câu độc:

"Đời cha ông nó sủa khản tiếng rồi, nay nó làm một sinh vật tịch mịch".

Nói xong, Phiêu Thiền giật mình nhìn tôi. Đây không là một ứng xử có nhân từ.

Cho rằng mình nhỏ mọn, cay đắng không đáng với một con vật, *ví đời con chó với thân phận luân hồi của một con người là phỉ báng tính hồn nhiên của loài vật*, nên Phiêu Thiền trở nên từ tốn, một gởi gắm tâm tình, kể với tôi về lai lịch con Ung.

Câu chuyện ông kể khúc mắc, có chỗ lạ lùng, rất ư huyễn hoặc, nhưng tựu trung là chỗ *huyền-nhiệm-của-Đạo-Trời*, rằng hãy còn một mối dây vô hình, rất ư thiêng liêng, giữa con người và vạn vật để cùng nhau, nương nhau, tồn vong trên mặt đất này.

8

Câu chuyện mẹ và con.

Con Ung là con của con Đốm. Đốm là sản phẩm của một câu chuyện truyền kỳ.

Rằng, trước cái ngày toàn diện đổi trắng thay đen sẽ xảy ra đối với người Miền Nam, hồi ấy tôi – Phiêu Thiền Dật sĩ – còn ở trong một làng ngoại ô giáp ranh phía bắc Sàigòn.

Chỉ thời gian ngắn sau là toàn cõi hình chữ S này ngưng tiếng súng, nhưng đêm ấy súng nổ quá trời. Hai bên như cố tình bắn cho hết đạn kẻo hòa bình là cách xa cái cò súng.

Đêm không trăng vào cuối tháng ấy, qua khung cửa nhà, trong một khu vườn rộng, Phiêu Thiền vẫn thấy xa xa trong đêm tối một chân trời hừng sáng. Đó là ánh đèn kinh thành, Sàigòn của ông. Ánh sáng ấy, thuở ấy, dư thừa dội lên từng trời, luôn như một ánh hào quang.

Đêm chiến trận, cháy hết nửa số nhà trong làng. Hòa với tiếng súng lớn nhỏ, mìn lựu đạn, tiếng rên rỉ, khóc than của đàn bà trẻ nít, Phiêu Thiền nhận ra có tiếng sủa loạn cuồng của một con chó, chừng nó hóa điên. Nó chạy đầu xóm cuối làng, chui vào vườn nhà này lại chạy sang nhà khác, tránh lửa thì gặp đạn. Sau này khi cứu cấp, người ta biết nó, con Đốm, đang mang đứa con trong bụng.

Không khiếp sợ tiếng súng đạn mà nằm im thin thít như những con chó khác, Đốm loạn động. Cái điên không phải điên dại cắn càn. Một cái loạn cuồng đau đớn, cái thường thấy ở một con người. Cái đau của một người mẹ đang mang bào thai trong bụng lúc lâm nguy. Người mẹ không sợ cái chết riêng mình, chỉ sợ cái dị dạng của bào thai, qua cơn chấn động thay trời đổi đất. Sợ cái rùng mình hoảng loạn trong đêm đau, hình hài đứa trẻ kia sẽ lạc hướng, thay đổi vị trí trên chính hình hài đứa trẻ. Có khi nào khuôn mặt một hài nhi có đôi mắt nằm dưới hai gò má!

9

Tiếng súng rồi cũng ngưng. Nhưng xóm làng không còn cái bình yên của đêm về sáng nơi thôn dã. Chưa thể chữa mái nhà cháy dở vì mãi lo cứu cấp người bị thương, khóc than đứa trẻ đã chết. Người ôm người mà khóc, chẳng biết đạn từ bên nào gây ra. Ai giết ai. Sáng ra, mặt trời lên cao, trời soi tỏ, mới thấy màu Đỏ là đáng sợ. Đỏ bờ tường, trên thân súc vật, đỏ mặt người, máu vũng hòa với đất và nước trở nên một loại bùn nhão. Mùi tanh tưởi dần dà hiện rõ qua gió bay đi, lớn nhanh như một con quái vật, gầm thét, hăm dọa.

**

Con Đốm loạn cuồng chạy kiệt sức, nó chui qua cổng, cố bò lết tới đầu sân nhà tôi – đương nhiên "tôi" là Phiêu Thiền – thì nằm ngay đơ. Mồm phều phào, nước dãi bọt trắng đục. Tôi vuốt bàn tay lên mớ lông con vật. Có dính máu. Nó rất bẩn, tội nghiệp. Xương thì nhiều, cái bụng tròn đầy. May mắn cho tôi, con Đốm còn thở thoi thóp.

Hai đứa cháu hè nhau khiêng nó vào nhà. Trải một tấm chăn trên nền đất, nó nằm chết như một con vật vừa bị cắt tiết xong. Đắp cho nó một tấm mền. Hòa một chén sữa, cạy mồm nó đổ vào. Trời mờ sáng nó tỉnh dần, chân cử động nhẹ. Từ nay gia đình tôi có một kẻ tị nạn cần cưu mang.

Gắng nuôi nó mập ra một chút. Cho nó chỗ nằm êm ả một chút. Nó đẻ con Ung vào một ngày, tôi nhớ có một cuộc lễ lớn, nhà nhà phố phố cờ xí rộn ràng. Một thế gian đỏ rực màu máu đẻ.

10

Mẹ con Ung là một con chó trắng, toàn thân có những đốm lông đen tròn trông rất đẹp, nên có tên là Đốm. Con Ung khi chào đời đã to xác, không biết có quỷ ma nào giao hợp, con Ung lai một màu lông khác lạ.

Không như các loại chó con khác, lọt lòng mẹ còn nhắm mắt nhiều ngày, mù mờ tìm vú mẹ, con Ung lìa bụng mẹ là mở to mắt nhìn quanh sự đời. *Nó sáng mắt tức thì.*

Mấy hôm sau khi lọt lòng mẹ, Ung đứng thẳng bốn chân mạnh khỏe, hai chân trước nhổm cao khỏi mặt đất, phần thân trước bung cao như con ngựa tung vó. *Ung như muốn bay thoát, nhưng đôi cánh tượng hình trên lưng nó không mọc ra.*

******

 CUNG TÍCH BIỀN • *NHẠC ĐIỆU CỦA BẦY ONG*

Càng ngày mọi người nhận ra con Ung như bị câm. Câm mà không điếc. Nó nghe, nó hiểu đủ cả. Nó làm đủ thứ cử chỉ, vui mừng, tức tối, sợ hãi, qua cách nhảy cỡn, dúi mũi vào ống quần một ai đó, nó cười, hoặc bỏ chạy, rúc vào một chỗ tối trú ẩn khi nghe lời hăm dọa, *Tao giết mày, tao thịt mày con vật dị tướng.*

Nếu là người, câm mà không điếc là chết toi. Vì mất quyền phát biểu. Vì nghe đủ mọi điều dao găm mã tấu, đặt điều, vu oan, những *"hố xí ngôn ngữ"* người người thân ái xài xả láng cho nhau. Nghe, cảm, hiểu, máu trăm độ lên não, mà không cãi lại được, không giải bày được, tức thì *"hộc mớ máu mà rồi đời"*. Chết cái rẹt khi máu chưa kịp lạnh trong thân người.

Con Ung không phải là người, nên nó hạnh phúc hơn con người. Nó có cái Đạo cao khiết của nó. Cứ nghe mọi sự đời, bình thản như chưa từng nghe.

Cuộc đời của Ung cũng thảnh thơi tự tại, nhờ nó câm.

11

Phần con Đốm.

Đã là 1976. Thời hòa bình mà, lai rai hạnh phúc. Lẽ ra thôi điên, con này lại điên tiếp. Một cái điên kỳ ảo, khó giải mã. Một cái điên của món ngon vật lạ, của sóng dữ, của mơ màng bức tranh thủy mặc.

Chừng thời đại thái hòa, trù phú những ngôn ngữ hạnh phúc trên khẩu hiệu, thừa mứa những thỏa mãn điều mơ ước của chúng ta trên giấy tờ, thời đại của lời hứa, và mong gió mang đi, nó đẻ ra trong nhân gian những niềm tin hoang dại, *mang lại những đợi chờ rất dài lâu nhưng không mong đợi thì có gì/ còn gì ngoài đợi mong.*

Tôi chẳng hạn. Tôi luôn nghĩ và tin vào những điều có thật, sự thật, và luôn sống với nó. Củ khoai là củ khoai, sờ vào biết mình có thật cái đầu gối, tôi không thể ngủ với vợ mình bằng một cái dương-vật-ảo, ho cảm sổ mũi thì nước mũi không thể chảy ra từ cái lỗ rốn, và vân vân. Mọi sự đã có tình tự, trật tự. Có từ tự nhiên, thiên nhiên. Có từ xếp đặt do xã hội con người.

Sự thật khó thể đục rỗng.

Nhưng khi tiếp cận với thời đại con Đốm thì mọi sự thật bị tẩy xóa, tôi bị sự huyễn hoặc lay chuyển. Tôi phải lấy điều không-thật làm thật. Và, vừa bước đi vừa nhắm mắt, đi trong thế giới của Đốm.

12

Thế giới ấy ướt đẫm tiếng kèn đồng ủy mị phát ra từ cổ họng một con vật. Chưa quá nửa đêm tịnh vắng đã nghe con chó Đốm vội vã gáy ra tiếng gà thanh thót, lanh lảnh. Đó là lời kêu xin mặt trời hãy trồi lên, sớm một giây là hoan hỉ một giây.

Tôi mơ màng tin một điều mà khi mở mắt biết rằng vô lý, rằng:

"Chừng trong con chó Đốm có chứa một vài triệu cử tri, có nhiều triệu các loài chim chóc, hổ mang, sâu bọ, bò chét, bồ câu, phượng hoàng, thằn lằn, cọp trắng, rồng xanh trong nó, nên cứ nửa đêm về sáng là nó lồng lộn, đau đớn lẫn hân hoan, gào thét liên hồi.

Chừng nó không chịu được cái bóng tối, cái làn gió, cái hơi người, sũng ướt hay khô cằn quá, nó điên".

**

Loài chó trong thế gian có một thứ thống nhất, đó là tiếng sủa. Chó ông Obama, chó ông Tập Cận Bình đều sủa na ná nhau. Chẳng con nào vì tự ái đông tây, vì bản sắc dân tộc mà tạo ra cái cách đặc trưng Tàu hay Mỹ.

Nhưng cái thế giới đẫm tiếng kèn đồng này, tiếng sủa lẫn giọng sủa của con Đốm kỳ quặc lắm. Nó giăng ra cái lưới hão huyền. Khi gắt gỏng gấu gấu. Khi than thở, gầu gầu trong cổ họng. Khi khóc rống như con heo bị thọc huyết. Đúng là giọng con heo khi bị treo ngược, tuôn máu họng. Tiếng kêu sắc như lưỡi dao, hụt hẫng, cháy bùng.

13

Người bà con hàng xóm lắm khi bàng hoàng nghe
con Đốm hí vang tiếng ngựa. Trong cổ họng của nó
như có lắp sẵn một cái micro. Nó sủa ra nhịp lục lạc
ngựa. Nó cục tác cục tác. Rồi Đốm phát ra ầm ầm
tiếng trống giục giã. Nó làm tiếng quạ kêu nghe ghê
rợn, như có tin báo cái chết gần kề.

*Hiện đại hơn con lừa trong đảo Bồng Lai, con
Đốm không tự thu mình rúc vào cái bị cói.*

Đốm là đại điện bát ngát cho muôn loài cùng
lên tiếng ở nơi này, hôm nay. Nó facebook, liên kết,
hòa mạng, một cách tuyệt vời.

Con Đốm có thể biến một mùa đông ra một
mùa hè cho bọn học trò mơ mộng bằng cách phát ra
nghìn tiếng ve, làm ra âm thanh lá, rào rạt xao xác
trong gió thoảng.

14

*Cứ nghe tiếng sủa/ kêu/ hí/ gáy/ hú/ hống/ gầm của
con Đốm, ta phong phú hình dung, mỗi đầu người
là một ngọn cây xanh lá, triệu người triệu cây. Giữa
chốn đại-ngàn-sinh-linh-rừng-rú-đầu-người ấy,
con cọp đang về ngồi gần con quạ, con chuột thân
ái bên cạnh con mèo, con gà đang đứng trên lưng
con sư tử, gà gáy phần tao sư tử hống phần mày.
Mồm sư tử ngôn ngữ sư, lưng sư tử ngôn ngữ gà.
Phụ chú thêm là tiếng than đau của những loài bị*

săn đuổi trên đường chạy, tuyệt lộ tuyệt chủng, tê giác bị giết lấy sừng, đàn voi bị đốn hạ lấy ngà, con cọp lăn quay để con dao lột da, lóc thịt lấy xương nấu hổ cốt, cá mập loại xịn chỉ còn vài trăm con bơi mệt nghỉ nơi đại dương để trốn cái lưới người. Nghĩa là, như thể, dù giọt nắng cuối cùng, dù cơn mưa ít hạt, bọn vạn vật cùng thân ái tụ họp trên một sân khấu chung, mở một dàn đồng vọng.

Trong tháng ngày âm u, rừng âm thanh này là cây cao bóng cả tỏa bóng. Cái thế giới tối đen trở nên nóng bức và rạo rực, chờ cháy. Cái lực vô hình được huy động, qua âm thanh, có thể biến ra động đất, sóng thần, những lửa thiêu hủy tối tăm.

Con Đốm là thu tập thiên thu Tiếng Động, tự gom núi cao, hang động, sông hồ, thân cây ngọn cỏ, bùn và sỏi, xương khô, đất mục về một nơi, viên tròn, và nhả chúng ra từ duy nhất một cổ họng.

**

Đó đây có khi một đôi người lắm tài vặt, giả giọng đủ thứ tiếng loài vật chim chóc, đủ thứ âm thanh nhạc cụ, lên sân khấu trình diễn kiếm tiếng vỗ tay, tiền bỏ túi. Đó là góp vui cho đời.

Đằng này con Đốm, con chó *"khổ nạn qua hai thời kỳ"* là bạn của con người, nhưng nó không góp vui theo kiểu con người. Chỉ là cái cách của muôn loài. *Chỉ là mong chờ cái Ánh dương, cái Bóng tối, cái Tận cùng thăm thẳm hư vô may ra chia sẻ.*

15

Bà con chòm xóm lắm người thích thú cái "đa tài" của Đốm, mang cho đủ thứ thức ăn. Có người may cho một bộ quần áo, và bảo Phiêu Thiền:

- Mặc vào cho nó. Nó xứng đáng mặc bộ đồ vét.

Phiêu Thiền cười nói:

- Con Đốm thắt cà vạt? Từ xa nhìn, tưởng con chó có... năm cái chân.

Nhưng cũng lắm người nhìn con Đốm với nỗi sợ, ngờ ngợ nó là con quái vật, hoặc giả có ma ám từ cổ họng một *thằng người giấu mặt* trong nhà Phiêu Thiền.

Gia đình Phiêu Thiền bị kiểm điểm, vì con chó lắm lời, vi phạm an ninh trật tự, làm ô nhiễm lỗ tai nhân dân. Giết nó đi.

**

Cần phải cứu sống con Đốm. Mỗi khuya khoắt, lúc tối trời, có khi trăng lên, mưa gió chẳng hạn, là lúc *"khát vọng trào dâng"* trong nỗi niềm của Đốm; là Đốm bắt đầu muốn *"thể hiện tâm tư"*, là nó đang *"trạng thái"*; nghĩa là sẽ *"có vấn đề"* với xã hội, Phiêu Thiền bèn ngồi xuống bên nó phủ dụ, an ủi, để *"giới hạn cái cần cổ trong trật tự mới"*.

Rất may, con Đốm giàu tình cảm, nó nghe lời chủ. Nhưng một lúc nó quần quại lăn lộn.

Đau buồn nhất là ngày nó sinh con Ung. Một con chó bình thường mang một cái thai quá lớn, lúc sinh nở càng thêm một cơn đau đớn. Nó cần phải được mở rộng miệng mà thở, cần nhiều không khí trong lành.

Một ngày của hôm nay không như mọi ngày. Con Đốm không là con lừa trong đảo Bồng Lai.

Hôm ấy, Đốm rên rỉ, cố đẩy cái bào thai mang tên Ung ra ngoài. Có nước-người trào ra chỗ cái lỗ Mẹ đang nở to dần. Huyền Tẫn chi môn. Có máu từ đó. Rồi, con Đốm chết ngạt.

16

Phiêu Thiền kể xong câu chuyện Đốm và Ung, chừng tinh anh đã kiệt, da mặt bỗng tái nhợt, ánh mắt như có bụi mù hòa lẫn, giọng nói trở nên xa xôi như bên kia suối.

Chừng như chuyện về loài vật, về sỏi/đá/cỏ/lá, cũng có chỗ hiển linh của nó. Con vật có những vạch trên lưng đã mở tâm linh cho Phục Hy, gầy ra bát quái. Con ngựa Đích Lư, được cho là loài phản chủ, đã từng bay qua vực thẳm để cứu sống Lưu Bị. Chiếc lá khô từng thay thuyền đưa Bồ-đề Đạt-ma qua Trường Giang, thuở trên sáu nghìn cây số nước rộng bờ xa chưa một cây cầu. Con Rùa vàng đã thu lại kiếm báu từ tay một bậc Đế vương…

Phiêu Thiền đứng không vững. Chúng tôi lây lất như mây, mà không bay được như mây.

**

Để tiễn khách, con Ung dẫn tôi ra cổng. Cánh cổng khép hờ. Nó dùng cái mõm đẩy rộng cánh cổng cho tôi bước ra. Tôi lặng lẽ nhìn cái cách nó làm thay người, một con chó câm lầm lụi.

Tôi rời cổng chừng mươi bước, quay nhìn lại. Con Ung vẫn đứng trước cổng nhìn lung trời đất, nắng vàng. Ung như chờ đợi một ai, một điều gì. Tôi chợt hối lỗi vì mình quá lỗ mãng với con chó, đã nợ nó một lời cảm ơn, hay ít ra một cái vuốt ve.

Từ xa, tôi miệng cười, mắt nhìn Ung, một cánh tay đưa cao, tôi vẫy tay chào nó. Bye nhé! Ung lặng lẽ quay vào. Vào phía trong, nó áp cái mông tròn đầy vào cánh cổng, lui vài bước đẩy cánh cổng về vị trí cũ.

Con này điệu nghệ, mở cổng bằng mồm, đóng cổng bằng mông. [*]

Xóm Gà Gia Định, tháng Tư 2015.

---

[*] *Là liên hoàn, cần nên đọc liền nhau* trong chùm 3 truyện, [2] *Gia sản dưới ánh trăng,* và [3] *Đêm muôn màu.*

GIA SẢN DƯỚI ÁNH TRĂNG [*]

1

Nhiều đêm không ngủ, nằm hoang trống trong bóng đêm, lòng buồn nhớ nổi trôi. Lá trong vườn cũ, cỏ may quanh bia mộ, nhớ ngọn gió đầu mùa gợi cho ta cái khang khác chờ mong một đổi mùa, nhớ đôi mắt một người điên, nhớ chuột.

Thay vì dùng cái bẫy chuột cồng kềnh, lại tốn công lắp miếng mồi, ngày nay người dùng tấm *keo dính chuột*, để giết chuột.

Tôi từng ngồi rất lâu một sớm mai nhìn con chuột vùng vẫy trên tấm keo dính chuột, lúc nó còn sức vẫy vùng. Bi kịch ấy không quá một ngày, nhưng cực là dằn dai, đúng điệu nghệ của cách tạ từ.

Buổi trưa, con chuột yếu dần, nó nằm im, hai con mắt tội nghiệp nhìn tôi, mong cứu rỗi. Không có gì chứa chan sự tuyệt vọng lẫn hy vọng bằng đôi mắt chuột này.

Qua xế chiều, đôi mắt hết mong chờ, đã nhắm tít, đã tựa tựa một xác chết. Chọc cây que xem thử, còn thở. Kéo dài một cái chết chậm. Tối đến, là phải tính sổ. Con chuột còn thoi thóp thở cũng đành gói lại, cho vào thùng rác. Ấy là Bóng Đêm chan hòa, hầm rác là tụ họp mọi nẻo đời.

Trước khi gói cái thi thể còn thoi thóp tôi nhìn bên cạnh nó, trên tấm keo dính chuột có một cái chân của một con chuột khác.

Vậy, không phải con chuột nào cũng "đầu hàng" cái mùi hương ma mị từ tấm keo dính chuột. Nhưng con chuột thoát chết kia phải để lại một cái chân bị đứt lìa.

2

Phải nhiều năm lưu lạc tôi mới có dịp gặp lại Phiêu Thiền, người có hai con vật đáng nhớ là Đốm và Ung.

Chúng tôi đã không còn tuổi trẻ. Đã tóc mây trắng, răng song cửa. Tâm ý chập chùng những nghi hoặc, tiêu dênh cái lưu linh mộng tưởng một thời, mất cái điên, cái liều, mất sự vô tâm trước hiểm nguy chết sống một thời. Tất cả chỉ là ngập ngừng, là đọng lại một lớp cặn thời gian.

Sống lâu trên cõi đời, sở hữu một lớp bùn khô chỗ đáy não, những âm hưởng xa xăm, ta cứ tưởng đó là kinh nghiệm đời, là cao lương trí tuệ, đã đạt cái đạo an nhiên; lầm cả thôi, đó chỉ là một chỉ dấu cáo biệt, rằng ta không còn cái lưỡi lương thiện và cái lòng chân thành, mất đâu rồi cái sức nóng trẻ trung đó thôi.

Chào biệt quê hương, tấm keo dính chuột. Rất quằn quại, đắng cay, rất mấy mùa vùng vẫy vẫn dính chặt vào lớp keo ấy.

Quê hương là cái bẫy. Còn đôi chân đi trong ấy mới hiểu ra tình quê hương, nghĩa đồng bào, ơn huệ tổ tiên, dù đôi khi ta vẫn thấy trong mỗi nắng mưa là mỗi vết thương chan hòa.

Quê hương, keo dính chuột.
Quê hương, cái bẫy nồng nàn.

Đẹp biết bao mà cũng buồn xiết bao trong mù mưa một bầy cò trắng trên dòng nước bạc. Chúng cũng như chúng tôi, đứng yên chờ dòng nước trôi. Lại như, một đám cò mồi chờ cháy, do người nhà nông làm bằng rơm cỏ, trên ruộng đồng cuối mùa.

Nghe trong gió tương lai, mỗi tre trúc còn mỗi linh hồn xanh biếc. Sẽ còn nhiều cánh rừng mai sau, trong ấy hươu nai thảnh thơi. Trong những mai sau, có thể tuổi thanh xuân được trong lành. Sẽ còn gió trong những chiều em đến... Những chiều dòng nước bạc đã trôi qua thân cò.

3

Phiêu Thiền lúc này có thêm một *"Kỷ vật của chiến tranh"*. Đó là một hài nhi dị dạng, hậu quả từ thuốc khai quang của quân đội Mỹ.

Kỷ vật không là phẩm vật ngoại lai. Nó được chào đời ngay tại Đất nước tôi. Là máu tủy Việt Nam. *"Đánh đuổi ngoại xâm, quét sạch quân thù"*, nhưng nơi đây không thể đuổi khỏi quê nhà một loại *"quân thù"* cốt căn, đó là "Sự tàn tật".

**

Dưới ánh trăng, *Kỷ vật* được người mẹ vừa ngoài hai mươi bồng ẵm, đùa chơi. Mẹ đẹp như trăng. Tên cô là Mành Mành. Mành bận áo trắng, mái tóc đen quá dài, như cái lưới quấn lấy đứa con xanh mướt trong ánh trăng. Mành cười. Nụ cười thường thấy trên khuôn mặt một nạn nhân, trót cưu mang nỗi đau đời làm niềm vui thường hằng cho riêng mình.

Mẹ muốn con vui bằng cách dùng hai tay dỗi đứa con lên cao một chút, như ta dỗi trái banh. Rồi túm gọn khi *dị dạng* rơi xuống. Mẹ lại cười. Nụ cười trắng và mỏng, có cái lạnh căm của sự bất thường. Âm thanh như bầy rắn bò/bay, len lỏi trong không gian đầy ánh trăng óng vàng. Rồi mẹ Mành Mành bồng ngửa, chìa khuôn mặt hài nhi dị dạng về phía ánh trăng. *Này trăng, xem này. Này trăng, con thỏ ngọc của trăng này…*

4

Mành Mành ẵm chặt con trước ngực, ngồi thềm nhà nhìn lung trong đêm. Đêm miền Nam nhiều gió, thiếu sương mù. Sân trước nhà nền gạch, chen lẫn bóng cây. Mẹ trải một tấm chiếu hoa. Mẹ tập *"Kỷ vật"* bò. Gần hai tuổi chưa biết bò. Có thể tới năm bảy tuổi đứa bé chưa thể phát âm để gọi "Cha, cha ơi".

Kỷ vật bắt đầu bò bằng hai cánh tay yếu đuối, xiêu vẹo dưới ánh trăng. Thoạt trông như hình một con cua trắng nõn bò ngang, vì hai bắp đùi em nằm ngang chỉa ra hai bên hông, thẳng góc với thân mình. Đôi chân dị tật. Khớp háng với xương đùi liền một cái xương hình góc vuông, không có khớp, nên đùi không thể di động xuống lên ra vào. Chỉ cử động được là từ khớp đầu gối trở xuống bàn chân. Hai đùi vế chỉa ngang, mỗi lần trong đêm muốn ẵm con, mẹ phải nằm ngửa đặt úp con lên bụng. Nằm ôm con như thường lệ, đầu gối *Kỷ vật* thọc thẳng vào bụng mẹ.

Xưởng máy của Nhựt Bổn chế ra những robo kỳ diệu, xưởng hóa học của người Huê Kỳ chế ra những hài nhi dị dạng bậc thầy.

Khoa học Mỹ tạo ra những "tinh trùng bột", từ máy bay rải xuống quê hương này, sinh ra *"Một Sinh vật, biểu hiện hình hài của Sự Sống trên nhiều Nỗi Đau, song hành cùng Nỗi Chết".*

Sự quằn quại này, được hiểu, sự Hiểu nằm ngoài đạo lý, là *"Nó nằm ngoài trách nhiệm của người Mỹ"*. Sự tàn tật này không được ghi trong sổ tay lịch sử về Hạnh phúc thời Hòa bình.

5

Dưới ánh trăng một đêm trời miền Nam trong vắt, một màu vàng trong suốt mông lung, một lần nữa mẹ cố tập con bò.

Mẹ ngồi đằng đầu, tóc mẹ đen dài, mẹ đẹp lắm nghe con, hai bàn tay mẹ vỗ nhẹ vào nhau, như nhịp hát. Mẹ rất hy vọng đứa con hai tuổi di chuyển chừng được… *"một vài tất đất trên quê hương"*, là mẹ mừng vui. Con của tôi không thể là cái điểm cố định, bất động, nơi quy tụ những chia sẻ xót đau từ tứ phương tụ gom về. Con của tôi không thể là đề tài để kêu gọi lương tri con người.

Kỷ vật nhìn mẹ, cười. Hai bờ môi em thay vì đỏ màu son non trẻ lại bạc thết, úa tàn, màu của những bờ cỏ rừng cây chết đứng dưới trời sau mùa thuốc khai quang, thời chinh chiến, của/ từ lực lượng Không quân Mỹ. *Một cõi đất quê nhà, tới đá, nước, sỏi bụi cũng đổi màu, con cá con tôm, sò hến cũng đồng loạt mất máu. Con tinh trùng sâu trong xương tủy con người cũng biến ra dị dạng.*

Kỷ vật nghẹo đầu cố nhìn trăng. Hai bờ môi em chênh chếch, so với chiều thẳng của cần cổ. Một khóe miệng dưới vành tai bên này, lệch với một khóe kia trên vành tai bên kia. Nếu em không cười, sẽ ít khổ sở hơn, vì không phải tự hành hạ khuôn mặt của mình. Nếu em biến ngay ra một cái tượng đá/gỗ/đồng/ximăng/thạch cao, ta có thể trân trọng đặt em trong viện bảo tàng.

Kỷ vật cố trườn bò. Chỉ vài cử động là đuối sức. Em nằm úp trên nền hoa văn xanh đỏ của chiếc chiếu hoa. Dưới ánh vàng mơ hoặc, một cái đầu xiêu vẹo, hai cánh tay sãi dài bất động, hai cái đùi chỉa ngang, em như một cái ngôi sao năm cánh không đều đặn. Nếu em có thêm một cái đuôi cụt, là rất giống một cái ngôi sao sáu cánh, được chia đều dưới ánh trăng.

6

Ở góc vườn trăng có một gốc cây khô, cỡ ba bốn người ngồi trên đó còn rộng rãi. Lúc *Kỷ vật* dị dạng tập bò, có một cô gái – là Manh Manh, em gái Mành Mành – tới ngồi trên gốc cây khô, nhìn thảm kịch.

Từ ngày dời nhà về nơi này, trong khu đất rộng hãy còn một cổ thụ chừng hơn trăm tuổi. Lúc đầu Phiêu Thiền lấy làm thú vị vì trong vườn nhà đầy bóng mát. Về sau trong nhà có nhiều chuyện lạ lùng, cổ quái xảy ra, chó sủa ra tiếng lục lạc ngựa, sủa tiếng quạ báo tử trong đêm khuya, chó thổi ra tiếng kèn du dương giống hệt tiếng kèn đồng. Phiêu Thiền đâm nghi ngờ cây cao bóng cả.

Dưới gốc đa kia, Phiêu Thiền nghĩ rằng xưa kia, cái thời ông còn bé, nhân gian còn thơ dại, người thôn quê thường mang những ông-táo-bình-vôi-hưu-trí đặt dưới gốc thay vì ném chúng đi, bà con có thể lập cái am thờ, đèn nhang cúng vái. Âm binh tụ hội. Trong cõi âm u có lắm điều thánh thần yếu thế hơn quỷ ma. Những thánh thiện của lời dạy đạo lý thường không ép phê bằng con dao tổ chảng như nhứ chỗ cái mỏ ác, *Tao phụp mày.*

Phiêu Thiền nhờ người đốn bỏ cây. Gốc để lại trong vườn, vì Phiêu Thiền thấy gốc rễ tạo hình như một tượng mỹ thuật.

**

Lúc *Kỷ vật* được mẹ vỗ nhịp cổ động, *gắng lên nào, con thỏ ngọc của mẹ,* thì cô Manh Manh tay đang cầm một nắm nhang cháy đỏ, ngồi gốc cây khô. Những đóm nhang dưới trăng lập lòe, làn khói bay vẫn vơ, gần mà như xa xôi. Như viễn mộng hụt hơi, thu nhỏ cuối viễn mộng, cái đóm tàn.

Hóa ra đêm nay đêm rằm. Manh Manh đốt nhang thắp khắp nơi, bàn thờ Phật, bàn thờ ông bà, ông thần tài, táo quân, tới bàn thiên thờ trời ngoài sân vườn. Lúc đi thắp nhang, cô chợt thấy con cua trắng nõn, *thằng Cuội em* tập bò. Cô rất mong chờ cháu của mình bò được dăm ba tất đất dưới trời trăng là cô vui, nên cô vội vàng ngồi ngay xuống, tay vẫn còn cầm mớ nhang cháy đỏ, chưa kịp cắm vào nơi nào.

Manh Manh hồn nhiên như đứa bé mẹ đưa tiền đi mua đồ gia vị, nửa đường ham xem đám xiếc, cầm tiền trên tay ngồi coi, quên nơi cần tới.

Lúc *Kỷ vật* cố gượng dậy dưới ánh trăng, Manh Manh quá vui mừng, cổ động bằng cách tay đưa cao nắm nhang khói quơ qua lại trong trời trăng, như người ta cầm "cờ tổ quốc" mừng đoàn xe đua đang tới.

- Mày điên hả Manh Manh? Con của tao đâu là hồn hoang rằm tháng Bảy!

- Ôi, em xin lỗi chị, em vẫn mong *Kỷ vật* an lành như những đứa trẻ khác.

Manh Manh tới chỗ bàn Thiên gần hàng rào mặt tiền nhà, cô bái mấy bái, thắp mấy cây nhang. Cô lại hát về:

"Con ai đem bỏ nơi đây,
Thế gian đâu chỉ một này mà thôi"

Có một con tắc kè kêu trong gốc cây khô. Cây chừng có chỗ rỗng trong ruột. Giọng tắc kè khàn đục. Chừng con này bị viêm họng.

Xóm Gà, Gia Định tháng Tư 2015

---

[*] Truyện này nằm trong chùm bộ ba liên truyện. Là liên hoàn, cần thiết nên đọc liền nhau với [1] *Gia sản trong Bóng Đêm,* và [3] Đêm muôn màu.

ĐÊM MUÔN MÀU

"Con ai đem bỏ nơi đây,
Thế gian đâu chỉ một này mà thôi"
[CTB]

1

Hồ sơ về *Kỷ vật:*
Thư của Manh Manh:

"Chị Mành Mành thân yêu,
Kỷ vật là con của chị? Em biết.

Chị say đắm trong một tình thương hiếm có của tình mẹ con? Em biết.

Nhưng em phải viết ra/ ghi lại những dòng này, vì quanh đây còn ánh mặt trời. Kỷ vật phải được soi sáng, rõ thực là từ đâu tới.

Ngoài thương yêu, dâng hiến cho đứa con từ tình mẹ, chị không có một quyền năng gì để thay đổi được sinh mệnh của cháu.

Kỷ vật chỉ là một Hậu quả, không là một Tương lai. Hôm nay, xã hội người đã một mực đi tới tương lai, quên những gì đã tạo, và để lại, từ quá khứ.

Có nên xem Quá Khứ là một cái hố sâu nay đã được sang bằng, để an nhiên trồng cây hái trái? Cây trái ngọt, hoa lá tươi, vì may mắn có quá khứ bón màu?

"Chị hãy nhớ bản kê khai này:

Bốn giờ sáng, một ngày của năm 1980, em đang say ngủ thì con chó Ung đánh thức em dậy, qua vài cái cào nhẹ vào cánh tay em.

Ung dẫn em ra cái gốc cây khô. Ai đã đặt vào chỗ đó một cái bọc vải. Nghe có tiếng khóc yếu ớt của một hài nhi trong đó.

"Thời này mọi thứ thiếu thốn. Thiếu điện nước gạo cơm. Trời đất hãy còn tối đen trong một khu vườn không đèn đóm. Em hoảng sợ. Nhìn con Ung, em liếc mắt ra dấu cho nó, là, Mày hãy vào nhà gọi thêm người.

Con chó Ung vào nhà, thức chị dậy. Lát sau Ung dẫn chị ra theo. Chị cầm một cây đèn bấm gần hết pin. Chị như cầm trên tay một cây nhang soi đường.

Cái bọc vải được mở ra. Một cái gì rối rắm mù mờ, một hình người thịt xương sắp xếp lộn xộn. Em sợ quá, bỏ đi chỗ khác. Những chòm sao khuya đêm không trăng sáng rực rỡ hơn mọi đêm vì, có thể, dương gian này đang cần thứ ánh sáng ấy.

"Chị ẵm đứa bé vào nhà.

Trông chị như một con người cha mẹ đúc ra bằng sắt thép, không sợ hãi, không buồn vui. Bật ngọn đèn sáng hơn. Em thét lớn "quái thai".

Chị vả mạnh một cái vào cái mồm ăn nói bậy bạ của em.

Lúc chị đi tìm khăn lau, Con Ung thè lưỡi liếm quanh em bé dị dạng. Làm như con của nó. Con chó này cái gì của con người nó cũng cặm cụi tham dự. Nó câm mà nặng tình.

"Người em bé đầy những gì quanh người như nhớt con cá lóc mới chộp được từ sông hồ.

Chị đập con Ung một cái nhẹ, nạt nó, Không phải việc của mày, ra chỗ khác chơi.

Chị dùng nước ấm lau nhẹ nhàng cái hình dạng vừa nhìn thấy đã đau lòng. Chị âu yếm sợ nó tan vỡ như ta gìn giữ lau chùi cẩn thận một cái lọ thủy tinh quý hiếm.

Trời đất sẽ cảm ơn chị nuôi dưỡng thương yêu Kỷ vật còn hơn những người-mẹ-thường-tình nuôi/ thương đứa-con-bình-thường.

"Chị Mành Mành,
Em nhớ hồi ấy trong bọc vải có một lá thư ngắn,

có thể người mẹ đã viết sẵn trước khi mang đứa con thân yêu đặt vào chỗ góc vườn nhà chúng ta.

Đây là nội dung lá thư *từ người Mẹ bỏ con thuở ấy:*

"Tôi xin chịu tội với trời đất đã không nuôi được đứa con chính mình đẻ ra. Kiếp sau, tôi xin làm kẻ tôi tớ, trúc mai đền bù cho những ai đã nuôi dưỡng đứa bé bất hạnh này. Đa tạ.

Một người mẹ đã mất nhân lương".

2

Trời đã chiều lung. Chỗ cổng nhà có một người đàn ông đứng nhìn vào bên trong. Cổng vườn nhà Phiêu Thiền không bao giờ khóa, một khe hở luôn trống giữa hai cánh khép hờ. Người đàn ông vẫn đứng đợi. Không có chuông reo. Anh ta đập nhẹ tay vào cánh cổng lần nữa.

Anh đã nhìn thấy cái gốc cây khô trong vườn, thầm nghĩ: "Có thể cô Nhàn nói đúng"

Bước lên mấy bậc thềm nhà, người đàn ông tên Khôi, chỉ vừa tuổi bốn mươi đã cảm thấy đuối sức, mệt từng hồi, cánh tay ốm o vịn vào thành cửa cho bớt run. Trời chiều tháng sáu, đầy nắng, anh vẫn thấy lạnh, cần một chiếc áo ấm.

Bị ung thư di căn vào thời kỳ cuối, theo lời khuyên của bác sĩ, Khôi phải nằm tại nhà, nhất mực được chăm sóc. Ra đi anh có thể gục chết giữa đường. Nhưng anh trốn nhà ra đi. Khôi cần làm một việc cuối đời, trong những ngày ngắn ngủi còn lại.

Anh đi tìm một kết luận. Anh luôn bị ám ảnh bởi một quá khứ rẫy đầy những ám ảnh.

Câu hỏi được đặt ra, từ cái đêm người vợ ôm đứa con vừa lọt lòng, trốn nhà ra đi. Vừa sinh con, cô con yếu lắm, cần chăm sóc, nhưng cô trốn biệt.

Hồi ấy anh đi xa, chưa thấy mặt con. Khi trở lại, mọi việc đã trở nên hoang mị. Mọi người, cả cha mẹ, anh em trong nhà đều câm lặng, những tiếng thở dài, hoặc có nói là nói khác đi những gì đã xảy ra với vợ con anh. Họ tình nguyện chôn mình trong một bí mật, nhất mực đẩy anh ra khỏi sự tuyệt vọng. Mong anh có một giấc mơ khác hơn cái hiện thực tàn tật, cái tương lai khốn cùng trong hoàn cảnh.

"Anh ơi, con chúng ta, cái kết quả tình Bắc duyên Nam không như chúng ta mong đợi" Đó là vỏn vẹn một dòng thư của vợ anh để lại.

Lá thư ngắn ngủi này do cô Nhàn, một người bạn gái của vợ anh giữ gìn, mãi lâu sau mới trao cho anh. Nhàn, vì nỗi ăn năn, vì hiểu rằng Khôi cũng đã tới cuối con đường, nên cô trao lá thư, và thuật lại cho Khôi tường tận sự việc, cả địa chỉ mà vợ của anh đã bỏ đứa con tại đó.

3

Khôi ngồi trên một chiếc ghế nhỏ trong phòng ngủ, cũng là phòng sinh hoạt của hai mẹ con Mành

Mành. Phòng khá rộng. Cái lạ, cô không tiếp Khôi tại phòng khách mà đưa anh thẳng vào trong.

Khôi đã hiểu là người phụ nữ vừa ngoài hai mươi này yêu thương đứa con tàn tật của mình biết là bao. Anh thẫn thờ nhìn quanh, nghe khóe mắt ướt, chỗ cổ họng nghẹn lại, muốn trào lên một nỗi đau đã từ lâu quặn đắng trong lòng.

Mành Mành đã mua sắm cho con anh, dù thời buổi khó khăn, hàng chục loại đồ chơi đẹp đẽ chất đầy cả hai cái kệ. Chiếc nôi là giường ngủ của con treo những búp bê, lồng đèn, kèn nhựa, âm thanh nhỏ vang ra tiếng nhạc dịu nhẹ. Các loại áo quần, cả chiếc áo ấm Mành đều đi tự may, vì không mua đâu ra loại áo quần đặc biệt cho em bé dị hình này. Trên một chiếc bàn nhỏ ngoài những thức ăn dặm, sữa uống là vô số những lọ thuốc bổ tăng trưởng, thuốc chữa bịnh, cả thuốc cấp cứu tại chỗ. Con của anh, *Kỷ vật*, ngoài sự tàn tật còn mang rất nhiều căn bệnh hiểm nghèo, cả bệnh tim bẩm sinh.

Anh cũng rất ngạc nhiên thấy trên giường ngủ của Mành Mành, bên phía tường có mớ sách dạy nuôi con. Mành Mành, chưa chồng, chưa biết sinh đẻ là gì, nay phải học cách nuôi con, lại một đứa con đặc biệt trong trời đất.

Khôi bàng hoàng khi được Mành Mành bế *Kỷ vật* quay về phía cha. Anh vội vàng quỳ xuống. Anh một lạy cái tình thiêng, giờ phút hội ngộ cha con hằng mong đợi. Anh một lạy thánh nữ.

Mành Mành tay ôm con, tay vội nắm cánh tay khôi, ý bảo anh không nên làm vậy. Cô nhận ra hơi lạnh từ bàn tay người đàn ông đối diện. Anh gầy quá, sự tàn tạ từ này còn đau đớn hơn nỗi tàn tật vô minh của con anh.

Mành Mành dìu người người đàn ông như đang ngất đi ngồi lại, trên chiếc ghế nhỏ. Cô lấy một chiếc khăn, tẩm nước ấm lau mặt cho anh. Cô nhận ra mùi người đẫm mồ hôi. Anh không được chăm sóc, lại qua những ngày lăn lội đi tìm. Cô hỏi:

- Tôi chế cho anh một cốc cà phê nhé, cho tỉnh người, anh dùng được cà phê?

- Bệnh của tôi phải kiêng cà phê, nhưng xin một cốc đêm nay.

**

Mành Mành hiểu rằng con của Khôi dị dạng có nghĩa Khôi đã bị phơi nhiễm rất đậm chất độc da cam. Anh ở đâu để bị phơi nhiễm nếu không từ trong, hoặc gần rừng núi? Ai là Người-Trong-Rừng-Núi? Ai là người làm cho Sàigòn điêu linh?

Có bị phơi nhiễm từ cha mới truyền sang qua con. Mành Mành, cả gia đình cô, đều biết rất rõ từ trước, *Kỷ vật* từ đâu ra. Biết rõ là như thế, nhưng ta có đành lòng phân loại, kể ra thành phần Tả-Hữu, nghịch cảnh Bắc-Nam, để loại *Kỷ vật* ra khỏi lương tri.

Cô yêu thương, nuôi dưỡng *Kỷ vật* với toàn vẹn lòng thành, của cái tình thiêng tự nhiên như được thánh hóa giữa những con người. Tự nhiên? Vì cô hiểu ở đây không là sự ra ơn, càng không cần viện ra một thứ đạo lý hào nhoáng nào.

Súng đạn thì có giới tuyến. Nỗi đau, sự tàn tật, là vô biên. Tình thương, dù lớn lao bao nhiêu cũng chỉ là cái bọc nhựa mong manh bên ngoài, càng trang trải càng thấy thiếu hụt bấy nhiêu.

Mành Mành ngồi nhìn Khôi rồi nhìn đứa con của anh, cô lại nghĩ lung. Rồi cô tự hiểu, với lòng thương xót tràn đầy, đây là lúc cô cần phải cẩn trọng khi đối diện với Khôi, một linh hồn nát nẫm như triệu triệu bụi mù của bao linh hồn bị xay bột.

Cô cố tránh những điều làm anh đau đớn. Cái tàn cuộc này, cha và con này, đã là quá lớn lao, là tận cùng của địa ngục rồi.

Và, địa ngục vẫn đang tràn đầy những đặc sản chính nó cho bất cứ ai, được nó mang tới, biếu không.

4

Khôi ẵm con một cách vụng về. Đầu gối hình gần góc vuông với thân mình của *Kỷ vật* thọc vào hông, bụng anh hoài. Cha không nói gì, đứa con hai tuổi chỉ ú ớ vài nguyên âm.

Qua khung cửa sổ, bên ngoài sân vườn một đêm không trăng. Bóng đêm được chia chát với vài ánh đèn thiếu điện nhập nhòa.

Chừng như có ai đi quanh đây trong đêm, bước nhẹ hơn cả tiếng lá rụng. Lúc này, một người xa lạ tới nhà một ai đó, tức thì một người quen thuộc trong tổ dân phố quanh đây có thể sẽ tới gần, có khi sẽ nhòm lén qua cửa sổ theo dõi, có khi cố lắng nghe, cả nỗi đau tận cùng trong tâm can kẻ khác. Bóng Tối này không của riêng ai.

**

Mành Mành bảo Manh Manh:

- Kiếm cho tao hộp kem đánh răng, cái bàn chải, xà phòng, một cái khăn lau mặt, tất cả đều phải mới nguyên.

- Chi vậy?

- Đêm nay có khách. Sớm mai đánh răng.

- Ông ấy có ngủ trong phòng dành cho khách không? Em dọn chỗ nằm?

- Ngủ luôn trong phòng của tao.

- Ngon quá chời, đêm nay có chồng.

- Cái con khỉ, bộ chung phòng là anh này trên bụng cô kia hà?

- Đương nhiên cả hai chị em mình là gái *"chưa có dấu tay trên ngực"*. Bao nhiêu lần chị bảo đau đẻ là cái đau hạnh phúc của người đàn bà mà tụi mình chưa biết nó đau ra làm sao. Phải có cái chi bỏ vô trong buồng trứng mới có cái đau xanh trời đỏ đất đó chứ!

- Thôi bớt cải lương rườm rà đi con nhỏ.

Manh Manh lại đùa:

- Rồi có tí tẹo gì trong đêm thâu không?

- Cái con khỉ này, đồ tanh hôi.

****

Đêm mềm như lụa. Mành Mành thầm nghĩ, *"Cha con họ phải được nằm chung, ngủ chung với nhau"*.

Giường ngủ của Mành Mành rất rộng. Cô dọn dẹp mở sách bên trong, phía sát bờ tường, đặt một cái gối đầu, một chiếc mền. Suy nghĩ một chút cô lấy cái gối ôm của mình giao luôn cho Khôi. Cô nói:

- Anh nằm phía trong tôi nằm hầu phía ngoài này, còn phải pha sữa, làm vệ sinh cho thằng nhóc, có khi nó khóc thâu đêm.

Cô vặn nhỏ tiếng nhạc. Tắt đèn. Căn phòng chìm trong ánh sáng dịu nhẹ của ngọn đèn ngủ.

Kỷ vật chừng mơ hồ cái hơi cha, cái hòa hợp huyết thống, đồng điệu màu máu độc, em ngủ một giấc ngon lành. Khôi không sao ngủ được, nhìn con, sờ con, lại nằm ngửa nhìn trần nhà, phút gặp nhau sau mong đợi sao mà trắng nõn, bạc lòng.

Mành Mành nằm ngoài, quay lưng về phía *Kỷ vật*, nhường con cho cha nó ôm một lúc. Khó ngủ quá chời. Cô lại thấy cái bụng lạnh lạnh, cái ngực trống vắng, hai cái vú thiếu cái gì đè lên, bàn tay thiếu cái gì để cầm nắm, à… thì ra thiếu cái gối ôm thường quen. Cô cười trong đêm.

5

Đêm miền Nam, cả Khôi và Mành Mành có khi tự hỏi, *"Tôi nằm chung giường với ai đây?"*

Mành Mành nhìn Khôi và con. Hai nụ cười héo úa. Không là của hân hoan gặp gỡ. *Trong bóng tối muôn năm tối này đó là dị dạng từ những nỗi đau. Là cô đọng từ những máu không may mắn thành máu. Là tiếng hát sâu bọ từ tim sang não người.*

Cô nghe hơi thở rất khó khăn của Khôi trong giấc ngủ. Anh không thể đuổi cái định mệnh, cái đã phải cam chịu trong đời mình ra khỏi giấc ngủ.

Mành Mành quay vào trong, định đặt bàn tay lên người *Kỷ vật* như cô đã thường âu yếm ru con ngủ. Chỗ đó đã có một bàn tay người đàn ông xa lạ. Cô đặt bên cạnh. Một lúc Khôi cựa mình, úp bàn tay mình lên tay Mành Mành. *Những da thịt âm dương chồng lên nhau trên một thân thể tàn tật.* Mành Mành để yên, cô muốn Khôi tìm một chút ấm lòng.

Cô lại thấy cơ thể mình hoang trống, cái bụng, vú, cái ngực. Cô rất muốn ôm con siết vào lòng lúc này tìm chút lửa ấm. Nhưng *Kỷ vật* đang chỉa hai cái đùi dị tật về phía cả cha lẫn mẹ. *Kỷ vật* luôn nằm ngửa hoặc nằm úp, không thể nằm nghiêng. Không nghiêng về một bên nào được. Em như cái thế trung lập, cái lực lượng thứ ba tật bệnh chia cách.

6

Mành Mành rất sợ những đêm khó ngủ. Khuya khoắt, trôi nổi bồng bềnh với không gian trắng toát hoặc vàng cháy trong mắt nhắm, nhắm để cố ngủ, để bình yên né tránh ác mộng. Những đêm, nàng thường mơ thấy anh trai mình trở về. Thuở ban đầu anh mặt đồ lễ phục của sĩ quan Quân trường, rất đẹp. Về sau là đồ trận. Lần cuối cùng anh trai trở về, lại rất khác. Khuôn mặt hào hoa xinh đẹp của anh bị bể một mảng xương cằm... Rồi cô lại nhớ người yêu, một luật sư đang tập sự dở dang rồi gặp cuộc Đổi Đời. Anh vượt biên không tới nơi, không trở lại, anh mất tăm. Cô chẳng thể nào, dù tưởng tượng, cũng chẳng thể hiểu ra "Đường Đi Của Biển" ra sao. Có thể biển là cái lỗ đen kỳ ảo.

Cô thu mình, bó gối ngồi góc giường. Cô nhắm mắt, bàng bạc những cái chết chập chờn. Nỗi đau thì có thật, lai láng chảy cùng máu chân thân. Là rầy nâu, những linh hồn héo úa màu da cam, tiếng chim câm trong máu tủy.

Đây là thế giới một dòng giống chung giường. Khôi, người cha của con nàng đang thở. *Kỷ vật,* con của nàng đang thở bên cha. Những tình ái hụt hơi. Những nỗi đời bị treo cổ.

Mành Mành rất sợ phải run rẩy trong cái bóng tối luôn đụng phải xác chuột chết, thấy tượng Phật phát cháy sáng rỡ, cháy luôn chùa chiền, đầu trọc phát hỏa, vì phật tử đốt nhang khói quá mạng, rồi thần lằn đứt đuôi, cái đuôi một mình run mãi...Cô vỡ một quyển sách ngôn tình. Con khỉ Manh Manh ưa tha về nhà những thứ chữ nghĩa hoa lá cành, tình ái mít ướt. Cô đọc không quá vài trang, những hàng chữ đã xiêu vẹo, nhạt nhẽo. Những mối tình đắm say dạng rau cải. Những éo le, chia ly boléro cập nhật. Văn chương ướt đẫm tinh khí tinh trùng chỗ đùi mông…Mành Mành lại sờ ngực mình. Tự bóp vú thì chẳng thú vị gì.

7

Ba giờ sáng, chẳng ai ngủ được. Mành Mành pha hai ly sữa. Cả hai cùng ngồi trên ghế, nơi bàn làm việc của Mành Mành. Khôi yên lặng, cố giấu tiếng thở dài.

Mành Mành cắc cớ lại hỏi:

- Anh nghĩ gì về thân phận mỗi con người chúng ta?

Khôi thực lòng:

- Tôi chưa có dịp làm người. Chúng tôi chỉ là Cái-được-dùng. Giống như súng đạn, xe cộ, tấm ván lót cây cầu, là một khối cốt mìn.

Mành Mành có phần kinh ngạc về cái phẩm hạnh hiếm thấy trong nhân loại là, *"tình nguyện làm vật dụng"* nơi một con người.

Cô lại hỏi:

- Hiện tại anh màu gì?

Khôi chậm rãi, có phần buồn nãn nhưng rất thân mật khi gọi Mành Mành là em. Anh dùng ngón tay lần lượt chỉ vào đầu, vào ngực, rồi chỉ xuống dưới, và nói:

- Tôi ấy à, thằng người Đỏ chuyển màu. Một

chuyển màu khó khăn vì nó đã là da thịt. À, trong châu thân lẻ loi này à? Một cái đầu hoang mang hối tiếc, một trái tim máu độc. Và, một nhiệm vụ lưu giống truyền nòi, nối tiếp tương lai, nhưng tôi đang để lại cho em cái gì em hẳn biết.

8

Trong lúc đang trò chuyện Khôi bỗng co quắp, run giật như bị một cơn động kinh, ngã gục trên đôi tay nhanh chóng đỡ của Mành Mành. Cô ôm chặt Khôi để anh khỏi va xuống nền nhà.

Anh lại bắt đầu những cơn đau thường nhật. Nó làm anh ngất đi mau chóng. Bọn tế bào vô lại đã làm ung vỡ, bấy nát những tế bào chân chính, bọn giặc máu cuồng điên lộng hành, gây bão trong cuộc đời Khôi.

Lúc đầu, mới thấy chuyện lạ lùng, Mành Mành hoảng hốt chưa biết cứu cấp ra làm sao. Cô gọi Manh Manh. Manh Manh bận bồ đồ ngủ chạy vội tới. Cô sợ hãi, đứng như đinh đóng chỗ bậc cửa ra vào.

- Lẹ đi, nhào vô đỡ giùm một tay con khỉ. Tao đi lấy thuốc. Tiêu đời rồi.

Hai chị em đặt Khôi nằm trên giường, bên cạnh *Kỷ vật*. Em bé dị dạng lúc này đã thức giấc. Em nhìn quanh một cách khó khăn.

Mành Mành nhặt vội cái xắc vải của Khôi, đặt dưới ánh đèn bàn lục tìm, thuốc uống anh mang theo phòng ngừa. Manh Manh ôm người Khôi, tay cô đỡ chỗ cần cổ để Mành Mành bỏ mấy viên thuốc, chẳng biết là thuốc gì, móc trong túi rết ra, là bỏ vào miệng Khôi. Cho anh uống nước, dùng khăn lau nước miếng thều thùa, vài lời nói mềm mại an ủi. Hai chị em đặt anh lại vị trí giữa giường, nằm yên ổn.

Một lúc, Khôi như cố gượng dậy, anh chỉ tay về phía *Kỷ vật*, ngầm muốn ẵm con. Mành Mành bảo anh nằm yên. Nàng bế đứa con dị dạng đặt úp lên ngực của Khôi. Anh lim dim mắt.

Bóng tối không giúp ích được gì. Ánh sáng càng vô dụng. Ngày lên, mặt trời bảnh bao phần mặt trời. Mở nắng tươi rói. Có ai ngợi ca, *"Bình minh đã sáng ngời..."*. Khôi vẫn nhắm nằm yên, như đang bất tỉnh, như đang mơ một giấc mơ dài. [*]

Xóm Gà Gia Định, tháng Tư, 2015.

---

[*] Đọc chung trong chùm truyện, với [1] *Gia sản trong Bóng Đêm*, và [2] *Gia sản dưới ánh trăng*.

LỜI QUÊ GÓP NHẶT
[Tường trình tháng Tư]

"Quê nhà, nơi tôi đang sống, nhiều khi gặp những điều bất công, oan ức, dân chúng thường phải câm lặng. Khi quá sức chịu đựng, họ ra Lời kêu oan. Nhà đương quyền, trên hiện thực toàn trị, duy một chiều độc đảng, thường không lưu ý, để giải quyết tận tình cho kẻ bị oan. Cách tốt nhất của họ là đàn áp, bắt bớ, cho vào tù.

Bấy giờ dân chúng có một phản ứng khá quyết liệt nhưng rất ngậm ngùi. Đám đông cùng khiêng một chiếc quan tài bên trong có xác nạn nhân, hoặc một cái gọi là quan-tài-gió [bên trong không có xác người] đến đặt trước cơ quan công quyền. Chiếc quan tài này, xác Chết này, sẽ thay cho những người còn Sống. Nó cất lên "Tiếng Nói".

Chị Trăng cư trú nơi một làng quê, miền nam Trung bộ. Dân chúng nghèo khó. Phần lớn đất đai khô cằn. Chồng chị, anh Ngày, là một thợ lặn chuyên nghiệp, làm việc cho một công ty nước ngoài. Anh luôn xa nhà, chị sống đơn chiếc với bầy con nhỏ.

Cha mẹ để lại một khu đất vườn. Chị trồng rau quả, tới ngày thu nhặt, quẩy gánh ra khu chợ quê cách đó vài cây số bán lấy chút tiền, phụ thêm phần lương ít ỏi của chồng gởi về, để nuôi con.

Năm nay thì chịu thôi. Nắng suốt chín tháng liền, đến những loài cây trời sinh ra để chịu nắng hạn cũng khô queo. Một rừng xương cốt, vươn ra những cành nhánh chờ cháy trên bãi hoang.

Ngày này tháng nọ, một lòng trời rỗng trống, vô tâm. Nơi cao xanh, có khi, một cõi mờ mờ bóng khói, như muốn trút xuống một cơn mưa. Nhưng trời luôn bí đái. Tầng tầng u ám ấy chẳng bao giờ bể ra, đổ xuống.

**

Nhà máy, nơi anh Ngày đang làm việc, là một vùng đất đai rộng lớn được nhà đương quyền cho người nước ngoài thuê trọn những bảy mươi năm, với tấm lòng kính ngưỡng tình huynh đệ. Trong hơn hai phần ba thế kỷ ấy, ngoại nhân sẽ có toàn quyền tự quản lý, tự do quy hoạch đất đai, là khu kinh tế, tự lập bản doanh cơ sở công nghiệp, hoàn toàn tùy nghi. Là vùng nhượng địa, xem như đất riêng của mình, bọn ngoại nhân tự do tạo ra tô giới. Ngay cổng ra vào chúng đề bảng hẳn hoi: *"Cấm người Việt Nam đi vào"*.

******

Vào một ngày tháng Tư, chị Trăng nhận được một tin dữ. Thông báo chồng chị, anh Ngày, đã qua đời nhanh chóng, sau một đợt lặn xuống vùng bờ biển, với nhiệm vụ quan sát môi trường như thường lệ. Một tuần sau khi anh Ngày qua đời, dọc dài bờ biển có hằng nghìn xác cá chết trôi tấp vào bờ. Bờ biển tràn ngập xác cá kéo dài dần ra, đến vài trăm cây số.

Những cái chết có nghi ngờ vì ngộ độc, xem như "bất đắc kỳ tử" luôn phải được khám nghiệm, để tìm ra nguyên nhân, phải được công bố rõ ràng, minh bạch, với gia đình nạn nhân, và dân chúng. Nhưng chính quyền không làm như vậy. Lại đưa ra những giải thích khá mập mờ, lấp liếm. Một thợ lặn chuyên nghiệp, tình trạng sức khỏe rất tốt, bơi ở độ sâu vài ba chục mét mà đưa ra lý do, "Anh Ngày bị chết vì... áp suất nước khi bơi lặn", như lời giải thích của nhà đương quyền là không đáng tin.

Trong lúc dân chúng hoang mang chưa hiểu vì sao cá chết từng nghìn trên bãi, một quan chức cấp cao – đương nhiên là chưa bị bệnh tâm thần – đã tuyên bố một câu khá thú vị:

Là vầy

"Không có chuyện cá chết vì chất độc hóa học thải ra từ các nhà máy trên bờ. Chúng ta nên cẩn

trọng trước những tin đồn xuyên tạc sự việc. Cá chết chỉ là do chúng bị... sặc nước. Một lý do khác do cá bị... chuột rút, kiểu bị căng cơ như các vận động viên bóng đá khi chạy quá nhiều trên sân cỏ, nên chúng... mất khả năng bơi".

Một quan khác nói thêm cho nhơn dân yên lòng:

- Trong điều kiện này, xem như cá không... biết bơi. Nói chung, sự cố này chỉ là vấn đề trong nội bộ cá chúng nó mà thôi".

Nhiều người cho rằng lời giải thích của nhà đương quyền khá tiếu lâm, ngớ ngẩn. Thật ra không phải vậy, họ khôn ngoan bằng trời. Thông thường, cách trả lời qua loa trớt quớt, giả ngây qua ải, cũng nằm trong chủ trương chính sách, tạm thời đối phó, đánh lạc hướng dư luận.

Có khi dân chúng bực mình, lo chửi bới cái anh cán bộ ngu, lại quên đi chuyện cá chết.

* *

Việc trả lời phỏng vấn trật búa, hoặc tuyên bố tàng tàng kiểu thằng khùng của quý vị lãnh đạo là thường xuyên.

Trước đây hơn vài thập niên, khi linh đình khánh thành một cây cầu đúc bê tông, dân chúng mới hay trên mặt cầu, có nhịp cầu này cao hơn nhịp kia gần một tấc tây. Khi báo chí phỏng vấn chuyện lạ lùng này, một quan chức cao cấp của bộ giao thông vận tải, một vị thứ trưởng đã thản nhiên trả lời:

*"Cũng bình thường thôi. Nếu nó có độ chênh cao thấp giữa các nhịp cầu, thì ta hãy chờ. Không cần thiết phải chỉnh sửa. Nhịp cầu lỡ cao, theo thời gian, rồi sẽ dần lún xuống, và sẽ bằng nhịp cầu đã lỡ thấp. Tháng ngày chờ ấy gọi là **'thời gian bù lún'** trong ngành xây dựng".*

Nếu anh chị là những người đang ở nước Nhật hay nước Mỹ, khi nghe những lời giải thích xanh dờn tím ngắt như thế, ắt sẽ choáng, nhưng chúng tôi thì đã quá quen thuộc. Trong những chịu đựng của chúng tôi, có một loại chịu đựng khá mệt mỏi, lại rất lâu dài, là phải *thường trực đương đầu với những sự ngu xuẩn của kẻ cai trị mình.*

Sống với cái ngu, mù mờ hơn với cái ác; trả thù cái ác, ai trả thù cái ngu; chống cái ác e rõ ràng hơn chống cái ngu.

$$**$$

Vào một thời, khí hậu âm u, sống với nhau bằng thứ tình nghĩa "giả ngây qua ải"; ấy là những tháng ngày ăn-ngủ-hít-thở-đi-lại, quả đúng, chúng tôi là những sinh vật, đối mặt mọi sự mọi việc quanh đây luôn lửng lơ giữa thực/hư, lấp lửng mặt phải mặt trái. Nhà đương quyền thường chỉ làm điều mình muốn, dù điều đó luôn nghịch trái lòng người. Nhân dân không làm chủ được đời mình, chỉ là những nạn nhân chịu đựng cái sống đầy bất trắc riêng mình.

Thông thường, khó thể tin vào "Cái" mà nhà đương quyền gọi đó là Sự Thật. Những gì chính quyền đương thời nói rằng "Không", thì thực tế hẳn là phải ngược lại, tức là "Có".

Bọn người thuộc hạng già cả, xụi lơ mốc thếch chúng tôi, sống ngáp ngáp qua ngày, chẳng còn sức đâu mà đi tìm ngõ ngách để phăng ra "Cái Sự Thật". Nhưng thế hệ trẻ hơn, họ không thể chịu cái nhục bị lừa gạt, đành *Sống mãi trong sự nghiệp bùn lầy của Chúng*", nên họ nhất mực đi tìm cho ra sự thật. Phải bằng một con đường thật khó khăn, đương nhiên cả tù đày, chết chóc, để mang lại vinh dự cho cái đang chảy nồng nàn trong châu thân của tuổi trẻ, đó chính là Máu.

Về cái chết của anh Ngày. Hơn một tuần sau, bọn trẻ ngoài thị trấn vào mạng Internet, tin tức bao la, "đủ sắc màu nhân gian", bọn trẻ mới biết rõ phần nào sự tình, *"Anh Nhật bị tử nạn khi lặn biển, vì nhiễm phải một chất hóa học cực độc từ các nhà máy, trong khu công nghiệp được gọi là nhượng địa bảy mươi năm cho người nước ngoài, thải ra"*.

Phải loan tin này một cách cẩn trọng. Đến những người có uy tín tí chút, khi truyền tải tiếp bản tin. Đối tượng đầu tiên là các ông già bà cả. Quý vị này, luôn khó ngủ về đêm, sớm mai này thức dậy cánh tay sao hơi tê tê, ông tiểu đường bà cao máu, đi đứng hít thở rất ư chậm chạp, nhưng tâm sự thì luôn dài hơi, lẫn dài dòng. Ông nội ta đó, bà ngoại ta kìa, rất rảnh rỗi, chỗ bàn cờ tướng, bãi cỏ công viên, giờ tập dưỡng sinh, họ luôn bàn luận, loan truyền tin tức đó đây.

Không phải già cả, giàu kinh nghiệm là bình thản được đâu. Có người ngã một cái rầm khi bất ngờ nghe một tin sét đánh.

Các bậc cao tuổi, trưởng thượng của hôm nay chẳng còn ai ăn trầu như dân chúng vào thời các cụ Phạm Quỳnh, Phan Kế Bính, thuở xưa. Nên khi than vãn với nhau về cái chết oan đau của anh Ngày hai khóe miệng các cụ không còn bị trào ra một thứ nước bã trầu đỏ hoét, thoạt nhìn như mồm đang ứa máu. Nhưng đôi mắt các cụ thì buồn lắm, một nỗi buồn bất lực trước thời thế, có khi nỗi buồn vàng tênh của một con người một đời đã từng hy sinh hết trọi một tuổi trẻ cho cái hệ quả vừa tàn ác, vừa xem giá trị lẫn mạng sống con người như chim chuột, để bảo vệ cái guồng máy thối rữa hôm nay.

******

Trong khí hậu nóng bức của áp bức, theo dõi, bắt bớ tra tấn, những ai luôn vào mạng, phát biểu ý kiến chân thành, can cường chống lại điều sai trái, lý thuyết hoặc hành động, điều là những cái gai trước mắt chính quyền, bị liệt vào sổ đen. Danh sách đen thui này là dài dặt. Bị nhà nước cho ngồi tù dài lâu; bị bắt tạm giam chờ ra tòa, hoặc bắt tạm giam luôn nhiều năm chẳng ra tòa; bị theo dõi sít sao, an ninh canh chừng từ cửa nhà, ngay quán ăn, tiệm cà phê;

những thành phần này cả nước cộng lại có non triệu người.

Cái dây thừng cột vô chỗ cần cổ, một khuya khoắt được ai đó kéo lên xà nhà, nó nặng lắm một kiếp người, đâu có là *"Cái hạc bay lên vút tận trời"* như tâm khí thanh thoát, nhẹ tênh, của thi sĩ Tản Đà.

Đất nước ra ngõ gặp anh hùng, nhà thơ nhiều nhiều hơn số cây trụ điện, nhân dân ta còn được tiếng là giàu tinh thần tự giác và trọng danh dự. Ai nấy mỗi khi được Nhà cầm quyền "mời" lên cơ quan làm việc, dù không hề phạm tội, cũng mau mau sáng tạo ra ngay một cái lỗi "mình mắc phải". Ấy là kẻ thông minh, tránh sự phiền hà cho hai cái lỗ tai.

Rồi, với lòng đầy hối hận về điều sai quấy, ai nấy kịch liệt tự xử. Nhanh chóng tự giải quyết, bằng cách đập đầu vào tường gạch cho dập xương lòi óc. Xông lên giựt dùi cui, gậy sắt của công an tự đập vào thân mình cho bể tim dập phổi. Nhân dân ta, khi thấy người thân quen của mình bị gọi điều tra, chỉ vài ba hôm nhìn chẳng ra vì mặt mày bầm dập, gãy ba sườn, một con mắt tròng trắng tròng đen văng cha nó ra ngoài, ấy là chẳng ai đáng đập hành hạ gì nó đâu. Chẳng qua vì cái lòng tự trọng có từ trong huyết thống, từ bản sắc dân tộc, đã tự hối, tự xử mà thôi.

Một phương án gọn nhẹ rất mực, mau chóng khỏi phiền hà kẻ khác thuốc thang, là đút đầu "dzô dzây" thọng lọng, tự treo mình. Nếu Phòng điều tra "thiếu dây thừng cung cấp", rất nhiều người đã tự thắt cổ bằng dây thắt lưng, có khi bằng dây giày, dây... thun.

Báo chí rất nhiều loan tin. "Sự cố" này không hề là hy hữu. Năm ba hôm lại một tin giật gân, trên mặt báo đường hoàng, *"Một ai đó đã làm hao tổn một sợi dây thừng",* trong thời gian bị giam giữ để điều tra.

Cho nên bọn trẻ cũng biết giữ mình. Buổi ban đầu những câu chuyện gay cấn, như cái chết của anh Nhật chẳng hạn, chúng khá khôn ngoan lúc rỉ tai. Loan những tin tức có điều kiện. Rằng/thì/là/mà, *Ai nghe được thì phải mần thinh, ai biết được thì để trong lòng, ai đau đớn ráng* mà *riêng chịu.* Con tim nhân dân chúng tôi có "khả năng" tự đông lạnh, hóa đá các nỗi đau, cơn buồn, nỗi oan.

Gia đình nào rủi ro có một người bị quy kết tội phản động tức thì bờ tre, phên mành, con gà con chó nhà ấy cũng tức thì rặt là nòi phản động. Không may một người được cho là "phạm tội chống phá nhà nước", là lý lịch cả nhà ấy, từ ông già xe lăn tới đứa bé học mẫu giáo, cũng đen thui, cắt đứt tương tai, bị gậy trường kỳ. Chế độ toàn trị có đầy phép thuật, *"Lấy cả không khí, không cho ai thở".*

**

Hôm chiếc quan tài người thợ lặn về tới làng, trời rất nắng và gió đang rất xa. Những bờ tre cong khô. Quanh chiếc áo quan, mỗi mắt người một hạt trai. Mỗi thân người mồ hôi đầm nhão như con lươn vừa trong vũng bùn chui ra. Giữa đám đông tiễn đưa, thẫn thờ và rối trí, bỗng có một người mộng mị hô hoán:

- Không có cái xác Nhật thợ lặn trong quan tài này đâu?

- Nói nhảm!

- Người ta hủy mẹ nó rồi, phi tang mà.

- Sao mà biết?

- Nắp áo quan không có tấm kiếng để người thân quen nhìn thấy cái xác ở trỏng.

- Vậy thì khui nắp áo quan ra mà nhận diện.

Có lời can ngăn:

- Chao ôi một cái lương thiện bị chết oan, nay phải xem cho tường tận cái lương thiện đã thối hoắc bên trong quan tài hay sao!

**

Đám tang có mấy thầy chùa. Có gõ mõ. Lời kinh tụng. Bi ai chuyên nghiệp. Bầu trời rất trong. Một trong vắt thờ ơ và rát bỏng.

Lúc đám tang di chuyển chậm buồn, bỗng một người tưng tửng, như bị say nắng, nói xàm:

- Lạy Chúa tôi! Hãy làm sống lại một linh-hồn-chết-biển.

- Đúng rồi. Hãy khiêng cái quan tài tội tình này tới nhà Thầy-Hoặc đi.

- Thầy-Hoặc?

- Ờ, Thầy-Hoặc!

- Đúng quá đi chớ. Nắm tro tàn của Thầy-Hoặc có thể làm tươi xanh cái linh hồn bị tẩm độc này.

Đám tang bỗng quẹo sang một ngả đường khác. Ngược chiều đến nghĩa trang. Họ sẽ cùng tới một ngôi đền.

II

Trong huyền ngữ nhân gian đất nước tôi, đã có một sự trùng tên giữa hai cha con ngay trong một nhà, nhà họ Huyễn.

Rất không đáng tin, nhưng điều quỷ ám này đã là khuôn vàng thước ngọc trong tâm não mọi người, từ hơn thế kỷ nay.

Rằng:

"Người có tên Hoặc, chào đời vào thập niên cuối của thế kỷ 19, thời vua Thành Thái, là con trai của Phó bảng Huyễn. Tri huyện Huyễn, chào đời dưới triều vua Tự Đức nhà Nguyễn.

Người mang tên Thầy-Hoặc, hiện tình làm thầy pháp trị bá bịnh cho bá tính, là con trai của Hoặc. Vậy, Thầy-Hoặc là cháu nội tri huyện Huyễn.

Nếu còn sống, nay Hoặc đã ngoài trăm tuổi. Tương truyền Thầy-Hoặc sinh vào mùa thu, năm 1945, trong một hang núi, kết quả của một mối tình đầy bí ẩn giữa Hoặc và một sơn nữ xinh đẹp. Về sau, nàng bị giết khi hãy còn thanh xuân. Nàng phải chết để Hoặc, người tình của nàng, vào Ngôi".

Trong nền Quốc học của chúng ta có một thời Nho học. Buổi ấy, Huyễn, cha của Hoặc, tức ông nội Thầy-Hoặc, thi đỗ Phó Bảng. Huyễn được triều đình Huế bổ làm quan tri huyện.

Là quan lớn, nhưng Huyễn nghiện rượu nặng. Hôm tra vấn một nông dân bị vu tội ăn cắp, Huyễn đang cơn say rượu đánh chết nạn nhân. Lại mang tội giết người. Bị triều đình Huế bãi quan, đuổi về vườn. Về sau, Phó Bảng Huyễn trôi dạt về Phương Nam. Cuối đời, nhắm mắt ở vùng Đồng Tháp Mười.

Câu chuyện về Hoặc.

Mẹ chết sớm, cha tha hương cầu thực, Hoặc học hành chưa tới đâu, lại rất bơ vơ, nên đánh liều, tìm cách xuống một con tàu của đế quốc Pháp Lang Sa, chỗ vòm sông Bến Nghé, "Đành Ra Cửa Biển".

Cũng liều một trận ra khơi
Loanh quanh thế giới biết đời hơn thua.

Bấy giờ khoảng đầu thế kỷ hai mươi, Hoặc ẩn mình, tự hiểu sức học của mình chẳng đáng bao nhiêu, nghề ngỗng chưa ra ngỗng nghề gì ngoài làn khói bếp lơ mơ trên sàn tàu, trong nhân danh một chú phụ bếp.

Điềm bất tường của lịch sử dân tộc ta đã khởi

hiện từ đây. Sau khi "Ra cửa biển", *Hoặc bỗng trở nên thông đạt, tiếp cận văn mình nhơn loại, biết rõ dân tình nội địa trong ngục tối nô lệ, dân tộc đang rất cần một vị "Cha già".* Thế thời đã biến Hoặc trở nên một nhân vật đầy bí ẩn, trong cuộc lênh đênh ba đào lục địa. Thoát hiện nơi này, biến mất chỗ kia, thay danh đổi họ bao lần, phù phép lúc khe hở thời cuộc mở rộng, để Hoặc len lỏi mai phục.

Ba mươi năm sau, khi trở lại quê cha đất tổ, trước tiên, Hoặc, chàng phụ bếp thuở nọ, vào một hang núi vùng biên giới Hoa-Việt, để thực hiện mưu đồ.

Hồi này Hoặc gầy lắm, như một người phải bịnh lao phổi, chỉ đôi mắt sáng, trán rộng. Đôi mắt sáng có sức trấn áp, vừng trán rộng của một con người nhiều quyền biến.

Giữa khói núi u hàn, trong mù khơi của sơ khai lịch sử một dân tộc đang chờ mong thoát xích xiềng tám mươi năm nô lệ dưới gót giày đế quốc Pháp, toàn thể đang chờ đợi một minh quân xuất thế. Hoặc nhìn ra vận hội, lòng dân đã một, nên đã khôn khéo đón đầu thời cuộc. Với nhiều độc chiêu mà lương tâm con người tối kỵ, nhiều quỷ kế ngoài đạo lý, Hoặc đã thành công theo ý nguyện.

Chàng đã vào Ngôi.

Chẳng thể giấu mãi cái cốt tinh. Dần dà, Hoặc đã bày lộ nguyên hình, một phối lập đáng ta thán do mệnh trời xui khiến.

"Hoặc, một nhân vật xuất chúng, đa mưu túc kế, nhưng cái mưu ấy hại người, cái kế ấy lừa người. Nếu Hoặc một mình, thì chỉ mỗi mình chịu phận. Nhưng Hoặc đã Vào Ngôi, là biến ra đại họa cho một giống nòi".

Một cái nhìn khác, gọn hơn:

"Hoặc, là một kết hợp nhuần nhuyễn, mang tính lịch sử, tầm quốc tế, giữa một bọn Thần-thánh-dở-hơi và các đấng Quỷ-dữ-thứ-thiệt".

Có một quê hương, cả một dân tộc, từ đây, và/là mãi mãi, đã oan khiên trập trùng. Từ mãi mãi tháng ngày về sau, được nhân rộng thành Tập-đoàn-chồn-cáo, luôn bồi đắp qua nhiều thế hệ, là đánh lận con đen.

******

Mỗi con người khi qua đời "không thể nào để lại hai xác chết". Nhưng những động-vật-kỳ-cựu trong cái chuồng người không biên giới của chúng tôi hôm nay luôn tin rằng, "Từ cách truyền nòi kỳ bí của nhà Huyền-Hoặc, sau khi qua đời Hoặc đã lưu lại trần thế những… hai cái xác chết".

Ngoài cái Xác tươi là Thầy-Hoặc, hãy còn một cái Xác khác đang được ướp trong hang động.

Một Xác Này để bầy đàn khói hương tưởng niệm, một Xác Kia làm Cò Mồi cho hậu thế noi gương.

III

Bọn điên tà thế gian luôn đi tìm những Tin Mừng từ quỷ dữ để ký gởi hồn linh. Đã đồng loạt tìm đến Thầy-Hoặc. Đường xa, sông rộng suối đèo. Ban ngày trời mù tối, mây đen kịt. Ban đêm lại trăng sáng rỡ. Âm dương lộn sòng.

Thầy-Hoặc, theo tin đồn huyền mị bấy nay, nguyên là con nàng sơn nữ xinh đẹp, chào đời Mùa Thu trong hang núi. Thầy Hoặc sống sót sau khi mẹ mình bị giết. Cái Xác thứ hai, dương gian ấy, tuy là dòng chính, nhưng mơ hoặc, bồng bềnh thực-hư. Khi đeo mặt nạ ắt thánh hiền, lột mặt nạ, là *Chính danh chồn cáo, như Cha của mình*.

Theo ma thuyết Độc tôn Độc trị, thuốc dùng chữa bịnh cho bá tánh của Thầy Hoặc, chỉ là:

- Mỗi thứ một bản, Nhơn Dân nhật báo chẳng hạn, hoặc chữ nghĩa từ những trang sách được xem là kinh văn, tư tưởng của Chủ nghĩa; tất cả được đốt cháy thành than.

- Một ly nước lã, để hòa tro tàn ấy vào.

Đã bảo rằng bà con ai nấy đã mất trọi niềm tin. Thôi thì nên cùng nhau tin đại một giống gì chính mình đã biết rõ nó đúng/chỉ/chính/là một hão huyền, là phi lý. Yên chí, bị lừa mẹ nó rồi. Hắn là sẽ an tâm hơn cái đêm đêm nằm gác tay lên trán, phân vân, bị hay chưa bị.

Vẫn những sớm mai ngơ ngác nhìn chuồn chuồn bay, vẫn những đôi mắt nheo nheo nhìn hun hút chờ mong cơn mưa theo cánh chuồn báo hiệu, ngay sớm mai này, khi đám sâu rầy còn lẫn trong sương độc, không hề đục, đã có hàng trăm người từ tứ phương đổ về xếp hàng trước cổng, hoặc ngồi rũ rượi trong vườn nhà Thầy-Hoặc, để chờ đợi tới lượt mình được cứu rỗi.

Những cái mồm méo. Một bầy con mắt trắng toát. Con bệnh có thật, hai chân tê liệt ngồi xe lăn, ung thư thời kỳ cuối, hai quả thận tiêu dênh cần lọc thận cấp kỳ; đến những bệnh lênh đênh sầu đau vì cầm nhầm lý tưởng, rất ư mơ màng cục bướu chánh trị ác tính; đến những điên tàn sinh hoạt tạp lục thế nhơn, như không lao phổi nhưng thường xuyên hộc máu vì can gián vợ nhà không nghe lời. Tất thảy, hễ tới nhà Huyễn Hoặc, là bá bịnh lành ngay tại chỗ.

- Đồ ngạ quỷ lừa mị, gieo hoang.

- Không phải đâu, chuyện có thật mà. Nhựt trình trên Sàigòn có chạy tin Thầy-Hoặc ban phép lành cho nhơn dân đàng hoàng.

- Lạ lẫm như heo có sừng.

**

Thầy-Hoặc bước tới trước mặt một gã thanh niên đang ngồi nhìn trừng trừng. Cái sáng quái dị ấy đã đốt tiêu tan cả hai con ngươi đen huyền. Đúng là thần hồn của *"Bờ lưng con cừu đã bị gọt trụi lông"*.

Một bàn tay sờ đầu gã trai trẻ, tay kia Thầy-Hoặc ngửa ra cho bá tánh nhìn. Giữa lòng bàn tay có một mớ nhớt trông kinh tởm màu vàng đục, tựa tựa mớ đờm từ cổ họng khạc ra. Thầy rất thêm vào đó một ít than tro đốt cháy từ giấy báo. Theo tín điều, dù giấy in kinh sách bị đem gói bánh mì, cả khi bị cháy thành than, tư tưởng trong ấy luôn vẫn còn, vẫn mãi mãi đậm đà bản sắc.

Thầy đảo mắt nhìn mọi người rồi phán. Giọng nói như được "phát âm" từ sọ người, tanh lạnh, háo hức một âm sắc hoang đường:

"Nhìn này, Thầy đã lọc bộ não mất phương hướng, chẳng được quy hoạch tư tưởng, của thằng mắt trắng này rồi. Đây, sản phẩm gây điên. Nó nhầy nhụa như phận người".

**

Bước tới một gã trai trẻ khác, Thầy nhủ thầm, Thời buổi gì bọn trẻ nít bị điên ráo. Gã tâm thần cúi mặt, nhìn nghiêng. Bây giờ thằng này lai tỉnh được phần nào, nhưng còn rất sợ thầy. Thầy-Hoặc hỏi:

- Nào, bớt điên tàn rồi, thần hồn nhà ngươi đã vào đúng quy hoạch rồi, phấn khởi nào, bây giờ ta hỏi nhà ngươi.

Thầy định dạng lại cái cần cổ cho chắc ăn, giọng nói đúng khí sắc âm binh, rồi phán:

- Nào, Ta hỏi nhà ngươi bản đồ nước Việt Nam ta có hình chữ gì?

- Dạ thưa, hình chữ Y.

- Nói lại nghe coi?

- Dạ, hình thằng người một chân đứng thẳng ron, duy một chân thôi nhé, ốm o lẫn cứng đơ chính nó. Dạ, luôn chính nó, dạ đúng. Nó luôn đưa cao hai tay như cái gọng ná, đỡ lấy một cái gì!

- Cái gì?

- Dạ, cái là cái... hy-vọng-khốn-cùng.

Thầy-Hoặc cười lớn:

- Vậy là Nhà Ngươi hết điên rồi. Tỉnh táo rất mực kỳ nhông kỳ đà.

Thằng trụi lông bèn "còm-mênh", qua lời:

- Dạ đúng. Nhưng cái bọn hình chữ Y nó đang toàn triệt điên. Chúng đang nhất mực đi theo nước bọt Cò Mồi.

**

Ngụy thuyết đã khai mở. Huyễn Hoặc đã ầm vang. Phép thuật luôn có trong nước lã Cò Mồi. Thần dược là tro tàn. Chỉ nước lã với giấy lộn được xem như lá bùa, đốt thành than. Truyền dịch tro tàn vào máu người. Nhỏ nước tàn tro vào mắt người. Hòa tro tàn vào lời ca thanh xuân. *Nuốt. Úm ba la huynh đệ, nuốt. Nuốt tro tàn. Nào, nuốt tàn khô.*

Sử lịch có thừa tro tàn.

Lời Cha đã nám tàn khô.

Từ cửa nhà Cò Mồi, quan tài Người Thợ Lặn được đông đảo dân chúng khiêng đi tiếp. Đêm

Tháng Năm. Hàm oan dài dặt. Một mặt đất trập trùng những uẩn khúc.

Người ta đặt quan tài của Người Thợ Lặn trước cửa Lăng Cái-Xác-thứ-Nhất, nơi biểu trưng quyền lực cao nhất.

Bồ Đề Cốc, Gia Định 5-2016

CHUYỆN TỪ XÓM QUÊ
[Tường trình tháng Năm]

"Đất nước tôi, điều luôn tối kỵ đối với nhà đương quyền là 'Phải sống thành thật và phải tôn trọng sự thật'. Họ luôn đứng phía mặt trái của nó, sự dối lừa. Dụng cái vô lý để triệt tiêu cái hữu lý. Sự dối trá luôn là chiếc áo giáp che chắn sự sợ hãi".

1

Lão Trần đứng trên đỉnh đồi hoàng hôn. Màn đêm sắp ăn hết mặt trời. Mặt trời, lúc này trở nên hiền từ, một tròng mắt đỏ hỏn, an phận chìm dần xuống. Mõm núi đen phía trời tây cắt mất từng phần khối máu tròn vạnh. Bóng tối sẽ đầy.

Lão gắng leo lên đồi, để chờ sóng. Chỉ một ít sóng hắt hiu, chập chờn lúc có lúc không. Đồi cây trơ trụi, cháy thiêu, vì lòng trời bất nhẫn. Đã nhiều tháng liền không giọt mưa. Ai đã *"Nướng dân đen trên ngọn lửa hung tàn"*.

Mấy tháng trước đứa cháu ngoại tặng lão một chiếc điện thoại loại rất cũ, hiện nay chẳng mấy ai xài. Thực ra lão, nơi hoang dã, lão chẳng cần "cái loại trang trí tân thời" này. Nhưng cháu tặng, ông phải vui mà nhận. Cũng như những ông già lọng cọng của thế hệ ông, nội việc lưu cái số điện thoại của một ai vào máy, trả lời một tin nhắn đã rất chậm chạp, mày mò rất khó khăn.

Hóa ra muốn hữu dụng, cục nhựa đang cầm trong lòng tay lão già phải có sóng. Một vài cán bộ ở xa đôi ba tháng về thăm nhà, bảo rằng, *"Muốn bắt được sóng điện thoại, phải leo lên đỉnh đồi"*.

Một chiều tháng Năm, Lão Trần nhận một tin nhắn, từ đứa cháu đang ở rất xa gởi về.

"Ông Ngoại hà, cháu tin cho ông biết một tin rất buồn, đau đớn vô cùng. Hiện nay, đang có hằng nghìn "cái chết" dọc bờ biển Hà Tĩnh. Hằng trăm nghìn xác chồng lên nhau đầy ngập bờ biển mấy tỉnh miền Trung".

Lão Trần giật mình kinh hãi, tự nhủ, *"Vậy bà con ngoài đó đã chết ráo trọi cả rồi"*.

Lão là một người nhạy cảm, luôn những dày vò hối hận, rì rào trong trí não xám màu, như muỗi mòng vo ve.

Nhiều buổi chiều, ngồi trên đỉnh cao nhìn về miền xuôi xanh ngắt lũy tre làng, lão hiểu, có một thời nội chiến tương tàn, súng cầm tay, lão đã từng đốt nhà trong ấy. Đốt trụi một xóm làng luôn. Không đốt không được. Cũng rất đau, khi một bọn đàn bà con trẻ ngồi co cụm một góc vườn, lao xao chỗ rìa làng khóc than, nhìn mái tranh của mình cháy thiêu. Nào ai tha thứ, con ơi, đấy là vùng địch đóng, là đất thù.

2

Dù sao lão cũng chẳng thể kéo dài nỗi kinh hoàng về nội dung của một tin nhắn. Lão có chút tinh khôn nghĩ rằng, có thể thằng cháu nhầm lẫn, hoặc trong tin nhắn có một ẩn ý nào đó. Nhưng mặt trời lặn mất tiêu rồi. Phải bôn ba trở về nhà.

Đường núi vắng. Đêm không trăng. Mấy hôm nay voi rừng về quậy phá nương rẫy. Thằng Quá bị voi quật chết tươi lúc sớm mai chỗ bìa rừng.

Lần đầu trong đời tám mươi tuổi, lão Trần mới thấy một cái chết do voi chà. Đó là một xác người được Cái-cối-định-mệnh làm biếng giã qua sơ sài. Xương không nát vụn mà bể ra từng đoạn thời lòi. Thịt không nhừ, nhuyễn giống như chị làm thịt bò viên. Mà là từng mớ lẫn lộn trong bụi lá, cỏ rừng. Nó réo gọi sự kịch liệt rùng mình.

Xóm Núi hiu hắt. Lão đã bị ruồng bỏ nơi quê cũ, cùng một số bà con đến khai hoang lập ấp nơi này. Nhà vườn hãy còn thưa thớt, đất thổ ngơi khô cằn, rất xa cái thị trấn huyện ly. Bọn trẻ không chịu nổi đời sống cơ cực, buồn tênh nơi đây, chúng đã cùng nhau đến các phố thị kiếm ăn bằng đủ thứ nghề, thợ mộc thợ nề, phụ xế, gác gian, lượm ve chai. Nhục nhằn, mồ hôi nước mắt nhưng có đồng ra đồng vào.

**

Đường đêm. Lão Trần bước thấp bước cao. Gió rất rộng. Xa xa, một vài ánh đèn "điện khí hóa xã hội chủ nghĩa" lờ mờ, giống những mắt một lũ mèo ma chập chùng. Núi rừng đen, suối bờ đen, tình làng nghĩa xóm chìm sâu bóng đen. Vậy mà chiều hôm qua, chính quyền nơi cô quạnh này đã dựng một cái cổng "hoành tráng", *"Mừng 41 năm ngày chiến thắng 30 tháng Tư"*.

Thời tiết khô hạn. Nhiệt độ bình thường 38 độ C. Bò heo trâu chó thè lưỡi, sùi bọt mép trắng nõn như bông. Ông già bà cả con trẻ xuống sức, ngã bệnh rất nhiều.

Không bệnh viện, không bệnh xá, Xóm Núi của lão chỉ có một cô y tá – không xuất thân từ trường lớp nào, nghề dạy nghề – chuyên chích dạo cho bà con. Dược sĩ, bác sĩ cũng là cô. Ác nhơn, cô thầm lặng đến như người câm điếc. Ai nói gì thì nói, cô chỉ làm mỗi việc của cô.

Mời cô, cô tới thăm bệnh. Sờ, nắn, bắt mạch, đo huyết áp, cho bịnh nhân vài viên thuốc, rồi thở dài. Nhìn cái nhà bệnh nhân hoang trống, thở dài. Nhìn cái nắng chết người trên bãi đồi khô cháy, cô thở dài. Rồi cô mang cái xắc lên vai, lại thở dài, tới nhà một bệnh nhân khác. Chừng cô buồn khổ hơn cả những bệnh nhân èo uột. Cô mang một số phận chung, một mẫu số thiếu máu, lẫn thiếu những nụ cười.

3

Thời sự ngày ngày nơi Xóm Núi vẫn âm thầm diễn tuồng. Buổi sáng người mẹ chết xỉu khi hay tin thằng con trai hai mươi tuổi vừa cưới vợ tháng trước, bị xe nhà của con trai bí thư huyện cán chết trên đường ra chợ Huyện.

Hồ sơ vụ tai nạn, cơ quan điều tra kết luận rõ ràng. Người bị nạn là anh thanh niên, lại hóa ra người gây ra tai nạn. Lý do, chính là anh thanh niên đang cơn say rượu, không tôn trọng luật đi đường, gây trở ngại cho người lái xe, tức con trai viên bí thư.

Chuyện lạ, mới tám giờ sáng, giờ cà phê đâu phải giờ rượu chè, nhưng "người ta" đã tìm mọi cách để gỡ tội, che chắn an toàn cho con nhà quan lớn. Tội lỗi y chang nhau, nhưng con cái nhà thường dân có thể ba năm tù giam, con nhà quan chỉ ba năm tù treo. Có khi, cán chết người, anh Ba chỉ cần một lá thư tay, không cần viết đúng chính tả, là em út xử lý nội bộ với nhau, cho qua thôi.

Khoảng xế trưa có hai đứa nhỏ hàng xóm tới nhà Lão Trần xin cơm ăn. Chúng nói, Nhà mẹ hết gạo, ông cho bọn con mấy củ khoai cũng được. Cùng lúc lão Trần nhận được giấy mời. *Bảy giờ sáng ngày mai ra hội trường xã bàn việc đóng góp tiền của mừng Liên hoan Tháng Tư, đất nước thống nhất.* Giấy mời có phần ghi chú rõ ràng, *"Khi đi nhớ mang theo một cái ghế để ngồi. Số ghế có tựa lưng chỉ dành cho đại biểu".*

Sập tối, thời tiết vẫn 38 độ C. Người trong xóm bàng hoàng nghe tiếng cô Lam khóc thảm thiết. Lúc chiều, thằng con bốn tuổi nóng quá, giựt kinh phong, trào bọt mép. Người mẹ nghe người ta chỉ vẽ là phải chằm nước đá lên cơ thể khi đang bị nóng sốt thì hạ nhiệt. Xóm Núi làm gì có nước đá. Cô đem thằng nhỏ ra suối, đến chỗ cái hố nước hiếm hoi còn sót lại, nhúng gọn thằng con vào vũng nước núi. Mụ nghĩ, nước núi lạnh, thằng nhỏ sẽ hạ nhiệt. Một hồi lâu, đứa con thơ dại quả có hạ nhiệt. Rồi nó run rẩy, co quắp, nó… "hạ quyết tâm" ngủ cơn mơ dài, trong lòng đất.

Núi rừng hãy còn nhiều gỗ. Nhưng cô Lam đơn chiếc, lại nghèo, thằng con nhỏ được bó chiếu, chôn đơn.

4

Còn một chén cơm nguội, một con cá kho mặn. Con cá bống cơm, to cỡ bằng con cu thằng nhi đồng. Lão Trần ngồi nhìn. Ăn không vô.

Bóng đèn tròn "điện khí hóa" xã hội chủ nghĩa năm mươi oát, được kéo từ huyện về. *"Qua đồi núi trập trùng ta tiến lên"*. Hôm ấy có liên hoan mừng công, hạ một con chó để đồng bào phấn khởi. // *Sống dương gian ăn miếng dồi chó/ xuống âm phủ gặp khó đành cam//* Lão Trần không ăn được thịt chó, nhưng phải đóng góp cho liên hoan năm mươi đồng, theo chỉ tiêu đầu người.

Lão nhìn cái bóng đèn tròn điện khí hóa tòn teng từ mái tôn thòng xuống, qua một sợi dây điện. Sợi dây đong đưa, tuồng như đang thắt cổ cái bóng đèn tròn din bên dưới.

Gió núi thổi một ít, bóng đèn tung hứng một nhiều. Chiếc bóng lão Trần trên vách tường đêm thòi ra một cái đầu đen thui, chao đảo. Lão lại mơ màng theo cái tin nhắn vô lý của thằng cháu. Lại kịch liệt tự cằn nhằn. Ngổn ngang rối rắm. Sao mà bỗng nhiên lăn đùng chết nhiều đến vậy?

Xác chết ngập dài mấy trăm cây số bờ biển từ Hà Tĩnh tới Thừa Thiên Huế. Mà sao chết? Bịnh chi? Dịch gì? Ai đã tàn sát một lúc hằng trăm nghìn mạng người? Chỉ Hitler, là Mao Trạch Đông, họa chăng Stalin cùng bọn đệ tử Sa Tăng đỏ hoét mới coi cái mạng sống con người như lũ rận, bầy ruồi. Ai đã giết triệu người hôm nay? Trên quê hương này?

Ăn không vô. Nghĩ không ra. Ngủ không được. Trần pha một ấm trà. Chỉ là trà đậm. Lòng dạ khuya khoắt nóng ran. Vì nước trà hay vì cái vị đời quá cay chà xác ruột non ruột già của lão. Muốn rõ việc chẳng rõ được. Xác chết mà đắp dài mấy trăm cây số, có nghẹt mũi đứng trên đỉnh Trường Sơn cũng chẳng chịu được mùi. Người mà thối, thì thối hơn bất cứ xác một loại súc vật nào. Cho là xác hổ báo hùm beo, cá mập cá xà, cũng chào thua cái sức thối của Người.

5

Trần chợt nhớ ở xóm dưới có thằng con Hai Lý. Độc nhất vùng quê này chỉ hắn là có cái điện thoại *"Trái táo cắn dở"* gì đó, ắt rõ ngay sự tình.

Lão tra vào người một bộ áo quần đầy đủ vải. Cầm cây gậy phòng thân. Tắt ngọn đèn sáng chẳng ra sáng tối chẳng phải tối. Khép cánh cửa tre đan. Bước ra. Đêm bao la.

Đường đi trong "nông thôn mới" nhiều nơi gần phố thị đã được đúc bê tông mặt đường. Nhưng đường lão đang lần mò bước là con đường đất. Muốn bê tông hóa, đi cho sướng cái bàn chơn, dân chúng phải cùng góp tiền vô, được phủ dụ rằng "Nhà nước và nhân dân cùng làm".

Xóm Núi của lão, trẻ nhỏ đói ăn, đàn bà không nịt vú, đàn ông thiếu quần lót, tuổi già đau yếu kinh niên không thuốc men. Thằng Hàm chưa đầy bốn mươi đã ho lao, còn phải ra phố thị đi làm thuê nuôi thân, mỗi cơn ho một bãi máu, lấy vạt áo mồ hôi bụi bẩn chùi máu mồm. Chúa Trời đã bỏ quên những thân phận khốn khó một đôi nơi. Lão mong Chúa đói hoài. Xóm Núi chúng con nghèo tó chỉ, tiền không đủ mua gạo, đem con cu hòn dái góp vô mà "xã hội hóa" con đường hà?

6

Tháng rồi Lão Trần cùng bà con Xóm Núi được triệu tập lên huyện, đi bộ mệt nghỉ, dự lễ khánh thành tượng đài Hồ Chủ Tịch. Hồ đứng chàng hảng từ trên cao đưa cánh tay bê tông cốt sắt vẫy chào. Các cháu, trong đó có nhiều "cháu" nay đà bảy tám mươi tuổi, tóc trắng phơ, đều phải "ngẩng cao đầu" mới nhìn ra bàn chân Hồ trên bệ tượng.

Công viên rộng lớn, lối đi lát gạch hoa, đó đây những luống hoa tươi, lắm màu. Rất chi hoành tráng. Ngay lúc, chủ tịch huyện, vô vài ba chai, "hồ hởi" ba hoa, chẳng sợ vạ mồm:

"Cái chi chớ bỏ tỷ tiền mần lễ kỷ niệm, tưởng niệm, tuyên dương. Mần nhà bảo tàng. Xi măng hóa địa đạo, phục vụ tuyên truyền. Mỹ thuật hóa các cơ sở cách mạng mái tranh vách đất xiêu vẹo trong các chiến khu xưa. Rồi mần đài liệt sĩ, lại liên hoan khánh thành, tưng bừng thơ văn o bế, văn nghệ nâng niu, trìu mến bợ bưng, càng rầm rộ

tốn hao tiền của càng thành công mỹ mãn. Rồi lại, đúc tượng, bảo tàng, lễ nghi… là nhà nước ta hân hoan mở hầu bao, xổ tiền tỷ, cho xài mệt nghỉ, ban thưởng rất mực. Tiệc tùng bao la rượu, thịt, nhạc, gái, bao bì tiền, huy chương".

Nhìn tượng đài Hồ cao cao khí thế, mần thêm vài chai "ngất ngư con tàu đi", bí thư huyện lại so bì:

"Ở Sài gòn, để hoàn tất phố đi bộ Nguyễn Huệ, dài chỉ mấy trăm mét, đã mất nghìn tỷ bạc. Lát đá gra-nít lề đường, cho riêng một phần nhỏ nội ô Sài gòn, chính quyền đã xài một nghìn tỷ bạc. Đống tiền cao hơn đống rơm. Đất nước ta có trăm nhà bảo tàng hoành tráng, có nghìn tượng đài to lớn. Nếu huyện ta giàu có, tôi dám chi ba trăm tỉ đúc cái tượng Bác cùng công trình hoành tráng hơn, đâu chỉ gói ghém tiền bạc như vầy".

Lão Trần đứng yên, nhìn cái hoa tươi công viên trong nắng, lòng buồn nghĩ tới bữa cơm nhà lão, một con cá kho mặn to bằng con cu một em nhi đồng, ấy là bữa ăn có con cá.

7

Để tới nhà Hai Lý, còn phải qua một con suối, một cây cầu tre bắc ngang. Những nụt lạt mây rừng dùng bó đám tre làm thân cầu lâu ngày đã bung đứt. Phải thật cẩn thận, bàn chân đêm khuya của lão già có thể lọt vào giữa hai ống tre. Nếu trượt tay vịn, cái đầu tòn teng trở ngược xuống lòng suối, hai bàn chân còn mắt kẹt giữa những cây tre thân cầu.

Lão Trần qua con suối đêm. Ước gì có một cây đèn bấm. Suối cạn trơ những viên đá nước trăm năm bào mòn, tròn lĩn. Mấy tháng trường, không cỏ xanh trên đồng cháy, trụi lá non trên sườn đồi, bọn trâu bò chỉ còn trơ bộ khung xương. Chúng thường đi lung trong lòng suối cạn tìm những màu xanh sót lại. Chúng ăn cả rong rêu.

Nhiều khi, qua ánh đèn vàng quạch "điện khí hóa xã hội chủ nghĩa", nhìn màu nước trà pha rất đậm trong cái chén sành thô tháp, lão Trần thầm nghĩ *Mình uống nước đái bò*.

Con bò nhà lão mỗi ngày đi "sưu tầm" đó đây, lượm cỏ trên cánh đồng cháy một mớ cỏ, khi gom lại, chừng bằng một bó rau muống. Lại khó tìm ra nước uống, thường trực nhịn khát, khô cái thân gầy, nên mỗi ngày nó đái không quá vài lần. Lão nghĩ, bao tử lũ bò thân ái từ lâu vắng cỏ, co lại tựa trái bầu khô, ruột non ruột già nó quánh đặc. Lão thương con bò quá. Nó đái rất khó khăn, chảy hẩm hiu ra một thứ nước gần như máu.

8

Bọn dân quê thường đi ngủ sớm. Mười giờ đêm nhà Lý còn chong đèn. Một cây tre khô trồng trên nền đất, thân khum khum, tựa vào vách nhà. Đó là cây trụ điện. Mùa đông năm rồi, một cơn mưa gió lớn, dây điện đứt rơi xuống một vũng nước, đúng lúc thằng cháu Hai Lý đứng đó, bị điện giựt chết toi.

Vừa bước vào nhà, lão Trần hỏi ngay:

- Ông Lý, có cháu Tạo ở nhà không?

- Từ từ nào, uống một cốc nước đã.

- Ông có biết ngoài Hà Tĩnh Quảng Bình có hằng trăm nghìn người chết dọc bờ biển không, mà tỉnh queo vậy hả?

Lý cười lớn:

- Chỉ là cá thôi.

Lý quay mặt vào trong gọi lớn:

- Tạo ơi, ra ngay, giải thích cho bác mày, Cá hay Người.

Nhìn gương mặt bạc lạnh, mất máu của lão Trần, tuồng như lão đang cầm cố linh hồn cho một đám ngạ quỷ, Hai Lý cảm động nói:

- Chỉ là cá chết thôi. Hổm rày cũng lùm xùm chuyện chính quyền hạn chế, không cho loan tin cá chết. Chỉ tại ông nhạy cảm quá. Ông đã phí một tấm lòng.

Tạo vòng hai tay:

- Thưa Bác vì sao bác cho là người chết?

- Thì đây, thằng Quỳnh nhắn tin rõ ràng cho bác là hằng nghìn "xác chết"!

- Đúng rồi bác, phải nói khác đi như một mật mã. Lúc này, dùng cái từ 'cá chết" là bị tổng đài chặn lại, không chuyển tin nhắn.

Lão Trần giọng cụt lủn:

- Cái này là có thật không? Hay tụi bây tưởng tượng ra, sáng tác cho não nề?

- Dạ thưa bác, quả thật là một thời gian đầu thảm họa, chính quyền có ý cấm cách nhắn tin, nói thật về vụ nhiễm độc này. Bác ạ, bác phải quen đi, như chúng cháu từng quen, mới sống qua ngày. Khi bác nghe hai từ "tàu lạ", chính là tàu của Trung quốc đấy ạ. Sự thật nào cũng có một cái nắp để che đậy. Đơn giản vậy thôi.

Nhìn bình trà, Trần nói với lão Lý:
- Rót cho Ta một ly nước đái bò.

Gia Định, tháng Năm, 2016

ANH EM CÙNG MỘT MẸ

Bá Quyền xắc mang vai, trang phục loại vải thô không ủi, áo bỏ ngoài quần, đầu nón cối, chân dép râu, dáng đi vội vã, sau cùng đã tìm được ngôi nhà đang muốn tìm. Quyền bảo người vợ đi cùng:

"Đúng mục tiêu của ta rồi. Em với hai con ngồi đợi chỗ quán nước này một lúc. Xem tình hình thế nào, anh gọi hãy vào. Tin đi, đảm bảo Ta nhất định thắng".

Người phụ nữ và hai đứa con nhỏ lần đầu tiên vừa từ Bắc vào Sàigòn rất bỡ ngỡ. Thấy gì cũng ham. Cái gì cũng đẹp chưa từng thấy ngoài xứ Bắc.

Trong quán nước. Hai thằng nhóc từ lâu thiếu thốn mọi thứ, nhìn chai coca cola, chúng rất thèm. Người mẹ bảo hai đứa con:

- Uống nước đá "nạnh" đi. Trong "Lam lày" người ta tốt bụng. Không tính tiền trà đá đâu.

Hai đứa nhóc nhìn quanh quán nước, thấy những bao bì, loại dùng xong người ta vất đi, thứ gì cũng màu sắc xinh đẹp.

Nhà bọn nhóc thời chống Mỹ, toàn gia bốn nhơn mạng chui rúc trong một chu vi chỉ hai mươi lăm mét vuông. Bọn trẻ thấy bố mẹ chưng hoa ni lông trong bình trên nóc tủ hằng năm vẫn nguyên màu, tuy bụi bám đầy. Lại chưng bày những hộp rỗng màu sắc trong cái tủ bé xíu, ngay chỗ phòng khách. Không có bọn rỗng ruột này, chẳng có gì trong nhà khách nhìn cho đẹp con mắt.

Bây giờ trong quán nước, là dịp hiếm có để hai thằng nhóc tha hồ gom lượm những bao thuốc lá ba số 5, những vỏ bao bì thuốc tây, hộp bánh bích quy, những ly tách nhựa vất đi, gom lại một chỗ. Chúng cẩn thận bỏ vào một bao ni lông bự. Thấy lạ, khách trong quán có người hỏi, Các cháu nhặt các thứ đáng vất vào thùng rác đó mần chi? Chúng cười trả lời, "Của hiếm đấy, mang về mẹ chưng trong tủ chỗ phòng khách".

Bọn nhỏ uống hết nước. Thò bàn tay bẩn vào ly móc nước đá còn lại, bỏ vào mồm, nhai rùm rụm. Ngon thiệt.

**

Bá Quyền đi chậm, nhìn quanh khu phố. Nắng Sài gòn tháng sáu. Vàng óng. Hai mươi mốt năm trở lại, cảnh cũ người xưa đối với Quyền nay đã là bãi biển nương dâu.

Khi Quyền ra đi khu phố còn là một ngoại ô, những vườn tược cây trái um tùm, trước mặt nhà là một con đường đất, dọc hai bên những bụi tre gai, nay là một khu phố khang trang, mặt đường nhựa rộng rãi, nhiều cửa hàng, tiệm ăn.

Quyền nhận ra mái nhà xưa của cha mẹ mình nhờ nó không thay đổi mấy. Một khu vườn rộng lớn, một ngôi nhà cổ, trở nên rất đặc biệt với khu phố nhà căn, nhiều lầu cao quanh đây.

Cánh cổng vườn đơn sơ để trống, không cài khóa. Khoảng sân rộng phía trước hãy còn một cây bàng, bóng tỏa bao trùm. Những bệ cỏ, những chậu hoa quanh vườn, chừng nhiều ngày thiếu chăm sóc.

Nhà trống vắng. Cửa chính một cánh khép hờ, một cánh đóng chặt. Bên trong tối om. Toàn khu phố đã bị cúp điện. Từ khi có chính quyền mới, hệ thống điện, nước trong thành phố đã không còn hoạt động suôn sẻ như trước kia, vì thiếu nhiên liệu. Dân chúng không còn ai dùng xe gắn máy, đa phần đi bộ, một ít dùng xe đạp. Đường sá vắng hiu. Bá Quyền nhìn đồng hồ. Hai giờ chiều. Vài tháng nay, sau khi Sàigòn thất thủ, mọi sinh hoạt của dân chúng đã bị khốc liệt đảo lộn.

Tự coi ngôi nhà xưa của cha mẹ là của mình, Quyền dừng một vài giây chỗ hàng hiên; thay vì gõ cửa, anh ta tự đẩy cánh cửa khép hờ, đầy hiển hách bước vào nhà.

Đường phố hắt hiu, nhà nhà tiêu sơ, kẻ bỏ nước ra đi, người ở lại thu mình, hoảng sợ và chờ đợi số phận sẽ được chế độ mới hành xử theo cái cách của cùm-gông-mới. Cái thế gian tàn rụi ấy, cái xã hội rã tan đầy thương tích ấy không là một buồn bã đối với Quyền. Ngược lại Quyền nhận ra một sảng khoái vô bờ, một mênh mông hạnh phúc. Từ nay, cõi đời này, ngày ngày mỗi bước Bá Quyền đi, vẫn là một *"Mùa Xuân đẹp nhất trên đời"*.

Quyền đứng trên nền nhà đầy bóng tối. Nhìn quanh. Qua ánh sáng lờ mờ từ ngoài đường rọi vào, một bà già nằm trên một chiếc võng được treo dọc theo hành lang từ phòng khách vào phía trong. Bà già, tóc trắng, xương hai gò má gồ ra trên một khuôn mặt gầy gò, da nhợt nhạt màu bệnh. Bà nằm yên như đang giấc ngủ say.

Bá Quyền nhìn, và nhận ra người đàn bà già yếu đang trước mặt chính là mẹ của mình.

Trong dĩ vãng tối tăm, mờ cũ, Quyền thoáng nhớ, hai mươi mốt năm về trước, mẹ tiễn anh lên đường ra miền Bắc tập kết, buổi sớm mai đầy nắng. Ngoài rất nhiều những vật dụng tùy thân, những quà tặng, bà cũng rất nhiều nước mắt lúc nắm bàn tay đứa con thân yêu, trong phút giây chia biệt.

Nhưng suốt mấy chục năm qua, do lý lịch "không được sáng sủa", con đường thăng quan tiến chức của Quyền có gian nan trắc trở, Quyền quy lỗi cho các đấng sinh thành. *"Cũng vì những cha những mẹ này đây"*.

Những Cha, những Mẹ!

Những con người nay héo úa vì cùng trôi theo một vận nước đầy tai ương và nước mắt. Bá Quyền hối tiếc, vì cha mẹ mình đã trót sinh ra trong một dòng họ gia thế, quan lại, có học thức.

Tự đánh mất cái vinh hạnh là con cháu một dòng họ có cha ông là quan lại, một thời Quyền tiếc rẽ là tại sao mình không được sinh ra trong một gia đình nghèo khó, cha mẹ không biết chữ, mấy đời qua, toàn là một thành phần bần cố nông khốn cùng.

Trong hệ thống chính trị mà Quyền phục tòng và dâng hiến tận cùng xương máu và lòng tin, từ bao thập kỷ nay, kinh nghiệm cho thấy những con nhà không có tất đất cắm dùi, những ai có cha mẹ ông bà từng đói cơm thiếu áo, từng làm thuê cuốc mướn, chăn bò, ở đợ, lại là những thành phần, được đánh giá, là tinh túy, trung kiên, là lực lượng nòng cốt, hàng ngũ tiên phong, được Hệ thống rất mực tin dùng.

Quyền đặt cái nón cối cùng cái xắc lên mặt bàn, ngồi lặng yên nhìn mẹ một lúc. Bà ngủ yên. Hơi thở khó khăn như người bị bệnh suyễn.

Nắng buổi xế chiều nóng bức xuyên qua khung cửa. Một phần ánh sáng trải trên thân người mẹ đang giấc ngủ. Không một cơn gió thoảng. Quyền chưa hề nghĩ, rằng mình nên kéo bức màn kín khung cửa, cho mẹ bớt phần nắng nóng.

**

Từ cổng ngoài, một bé gái rất xinh đẹp chừng mười ba tuổi, cùng một người đàn ông chống nạng đi vào. Cô gái tay cầm một cái bơm xe đạp to tướng, tay kia xách cái thùng sắt, loại thùng đạn đại liên thời Cộng Hòa, về sau các thợ sửa xe thường dùng để đựng đồ phụ tùng, rất tiện lợi. Người đàn ông đi cùng cô gái, trông gầy gò, cụt một chân trái tới gối. Anh khó khăn chống nạng bước đi, tay lại kẹp theo một cái giỏ đựng thức ăn, một ít rau cải.

Hai cha con vào nhà, rất ngạc nhiên sự có mặt của Quyền. Thấy người lạ, theo lễ phép, cô gái vòng tay chào bác. Người chống nạng không chào khách. Thấy mẹ bị nắng nóng chiếu thẳng vào người, anh lê nạng bước tới, kéo kín chiếc màn cửa sổ.

Bá Quyền nhìn người chống nạng, hỏi:

- Bao nhiêu năm xa cách, lúc gặp nhau chú không chào tôi à?

Người chống nạng trả lời:

- Anh phải là người mở lời trước.

- Sao vậy?

- Vì sao các anh đã hiểu.

Cô gái rót hai tách nước lã. Lễ phép vòng hai tay trước ngực mời khách:

- Dạ mời bác uống nước.

Bá Quyền nhìn cô gái xinh đẹp nói:

- Có gì phải vòng hai tay?

Người cụt chân nói:

- Đây là Miền Nam. Giáo dục của chúng tôi là vậy. Lễ phép với mọi người. Hòa nhã, giúp đỡ phụ nữ, trẻ em, người già cả. Ra đường gặp đám tang, nhường đường, đứng yên, ngã mũ chào. Xã hội này lạ lẫm với các anh nhiều lắm.

Quyền nhận ra người chống nạng, một người em ruột của mình, đang tỏ rõ thái độ. Người em không hề là kẻ đầu hàng, cần sự quỳ lụy người thân thế để nương nhờ, nên Quyền bẻ ngang câu chuyện. Anh ta hỏi về người em ruột khác, tức là anh ruột người cụt chân – kẻ đang chống nạng không chịu ngồi thân mật trò chuyện – với một giọng hách dịch:

- Vậy chú Tần đang ở đâu? Chạy sang Mỹ chắc?

- Chạy đi đâu? Chiến đấu tới phút cuối cùng ở phòng tuyến Xuân Lộc. Bây giờ đang trong trại tù của các anh.

Bá Quyền rao giảng:

- Trung tá ngụy thì phải trình diện học tập chớ. Mà tội lỗi các chú nhiều lắm. Các em trai của tôi hồi nhỏ đứa nào trong cùng một nhà với tôi đều hiền từ, sau này các chú lại đi theo giặc, trở nên tội lỗi với nhân dân. À, mà chú cũng đại úy ngụy hà? Nghe chú làm quận trưởng?

Người cụt chân không trả lời. Ông chống nạng bước ra hàng hiên, rít một hơi thuốc. Gót chân nạng không được bọc cao su. Tiếng gỗ lịch kịch trên sàn nhà. Một dội vang đều đều, âm vang của kỳ ngộ giữa hoạn nạn với máu xương một đời người. Ông nghe chỗ vết thương cũ, trận chiến đã trôi qua nhiều năm, nay tuy lành lặn nhưng vẫn nhói đau. Đau xa xăm. Một nỗi đau *có-nắng-có-đau, còn-mưa-còn-nhớ.*

**

Nghe loáng thoáng, mơ hồ có một cuộc đối đáp giữa anh em, bà mẹ thức giấc. Nhưng mẹ từ lâu mẹ đau yếu, bị thấp khớp, yếu tim, huyết áp cao, luôn mệt mỏi, không gượng dậy được. Thằng con Cả nay trở về, chẳng ra lòng giúp đỡ anh em lúc hoạn nạn, ỷ thế "giậu đổ bìm leo" đã vặn vẹo thằng con Út của mẹ. Lại nhẫn tâm tra vấn đứa em kia đang trong lao tù với lời nhiếc mắng, mẹ định vào chuyện. Nhưng ngay lúc, mẹ bị cơn sốc, đau thắt chỗ trái tim. Tích tắc mẹ xây xẩm, ngất đi. Một cơn đột quỵ.

Nhờ nằm võng, không ai thấy mẹ té gục. Đầu mẹ nghẻo sang một bên, nhờ có thành võng che chắn, hai thằng con "giàu lý tưởng" không đứa nào nhận ra mẹ mình trong cơn hấp hối, có thể đang Cõi Tây phương, ngủ cơn mơ dài.

Mẹ, một cái chết xa vắng, lạnh căm, trên một thời sự đang cháy lửa hận thù.

Bóng cây bàng đã phủ bóng mát kín một hiên nhà. Có gió chiều. Lá khô rụng dầy.

Tháng ngày trong bèo giạt hoa trôi.

**

Bá Quyền vẫn tiếp tục, gay gắt và dai dẳng, thể hiện cái thế lực kẻ thắng trận, cái chân lý cưỡng chiếm. Là:

"Chú và các con cái phải tức tốc rời khỏi ngôi nhà này. Bọn sĩ quan, bọn quan chức tay sai, bọn tư sản mại bản, tất cả phải rời khỏi thành phố. Có những khu kinh tế mới đang chờ những thành phần này. Ở nơi không điện nước, núi rừng hoang dã, nơi ấy chính là một trường đời, sẽ dạy cho những kẻ từ lâu ăn trên ngồi trước, bóc lột nhân dân, tất cả sẽ biết lao động, biết đổ mồ hôi nước mắt, phải tự biết nuôi lấy thân mình".

Chừng như Bá Quyền có ngưng nói, nuốt nước bọt để lấy sức, tiếp tục áp đảo:

"Chú khỏi phải lo giấy tờ chuyển nhượng cái nhà chú đang sở hữu này cho tôi. Pháp luật, công lý ở trọn nơi chúng tôi. Nội bộ chúng tôi sẽ tự làm tất. Lịch sử này, số phận các chú chúng tôi còn đầy đủ quyền tẩy sạch huống chi việc giấy tờ để sở hữu một ngôi nhà".

Người em cụt một chân cắt ngang cuộc trò chuyện, vì không muốn kéo dài những giây phút ung vữa tình người. Giờ đây là thù hận những ai? Trách cứ lịch sử ư? Súng đạn một thời, đã không giết được kẻ thù. Kẻ thù nay đang trước mặt. Lại biến hóa ra nhiều dạng thù địch. Xưa kia địch thù trước mũi súng. Nay là từ trong mỗi đáy lòng.

Người cụt chân chống nạng đứng trước hiên nhà. Khu vườn đã nhiều bóng xám. Toàn khu phố đang bị cúp điện. Con đường phố thị vắng ngắt ngoài kia, những bàn chân trần hiu hắt. Một thành phố bị chiếm đóng.

Thần đêm đã trở lại.

Westminster, 11-2016

THỪA DƯ

Thuở ấy, chuyện ăn nằm giữa vợ chồng ngoài sinh thú âm dương, còn có tính nhân linh là lưu lại một con người, thay mình sống đời. Khoa học chưa can dự vào công việc trên chiếc giường rằng lúc này chưa nên có con; hoặc đã hai con, là vừa. Để hạn chế việc sinh ra những nhân ảnh giống Adam, Eva, ngày nay, có phương pháp Ogino, thuốc ngừa thai, đặt cái vòng, dùng bao ni lông. Nhưng thuở ấy, vâng, thuở con người hồn nhiên hòa mình cùng tự nhiên, đa phần vợ chồng nếu lành mạnh sẽ rất đông con; chưa kể ngũ giao sinh lục tử.

Khi Hương Vân sinh đứa con thứ sáu, ông chồng đinh ninh vợ mình sẽ "Thôi đẻ", bèn đặt tên thằng bé là Thôi. Stop. Về mặt tư tưởng là vậy; thực tế, bất kể rằng xuân hạ thu đông, đêm trăng thanh gió mát, hay nửa khuya giông bão, sấm chớp lóe lên sau vườn tối, hễ cứ ăn nằm với chồng là Hương Vân có bầu.

Bé Thôi được hơn một tuổi thì có em. Hương Vân đặt tên cho đứa con trai thứ bảy là Thêm; bởi cơ trời thêm thắt chứ con người không muốn.

Hai năm sau, thằng bé trai thứ tám chào đời. Lọt lòng mẹ, nó nhỏ xíu, như được đẻ vội, đỏ hoe như giống chuột con, khóc cầm chừng, chiếu lệ. Mót máy hết sạch tinh huyết, người mẹ mới sinh được nó, nên có tên con là Mót; như chị gái quê bòn mót chạc khoai, bông lúa lép trên ruộng đồng.

"Đông con quá rồi. Bà đẻ nữa tôi không nuôi nổi. Bỏ xứ mà đi thôi". Chồng bảo vợ làm vậy. Nhưng ác nỗi, ông hãy vừa chừng năm mươi; đêm, thật khó ngủ nếu không ôm vợ bên mình. Rồi, dường như trời đất lại cựa quậy trong người mẹ, bụng Hương Vân lớn dần. Lại sinh con. Cắc cố sinh đôi: thằng Dư và thằng Thừa. Sau, để khỏi nhầm lẫn trong hàng ngũ một bầy trẻ, hai cậu trai được thêm thứ tự: Chín, Mười. Chín Dư Mười Thừa.

Trong làng thuở ấy cũng có một cặp trai sinh đôi: Gio và Giai. Giai Gio giống nhau như khuôn đúc, nhiều người nhầm lẫn. Nhưng không có khuôn đúc nào – kể cả máy đúc hai viên gạch – lại cực kỳ giống nhau như Dư và Thừa. Giống tới rợn người. Giọt nước chia đôi. Như có bàn tay thần linh phụ họa cho Sự-Giống.

Con nằm trong nôi, áo tã giống nhau, người mẹ có khi chẳng nhận ra đâu là Dư, đâu là Thừa, nên thường cho đứa bú rồi bú tiếp. Chúng khóc cười, đái ỉa cùng lúc. Đứa này đau, đứa kia chẳng lành mạnh. Cách ly hai đứa hai nơi để thử nghiệm, chúng đều chọn đồ chơi có màu sắc, kích thước, hình dạng giống nhau; ăn thức ăn bỏ dở, uống ly sữa để thừa, đều bằng nhau. Chúng như hai con người máy, cùng kích thước, với bộ nhớ, những linh kiện, được điều khiển vi mạch, trong tích tắc có phản ứng như nhau.

Theo thói quen, cũng là biểu lộ hạnh phúc, các bà mẹ thường cho cặp song sinh ăn bận giầy vớ, áo mão giống nhau. Người hàng xóm nhầm lẫn hoài. Để phân biệt, Dư được mẹ đeo nơi cườm tay một chiếc vòng đồng Đỏ. Nhưng tạo điều kiện để hai đứa khác nhau là tạo sự đau khổ, ray rứt cho chúng. Dư, Thừa lén đổi nhau đeo vòng. Cho nên nhìn Thừa lúc đeo vòng, ông nội cứ bảo: "Này Dư đưa cho ông cái tăm xỉa răng xem nào".

Một hôm, Thừa ra chợ Gò chơi, gây sự với bọn trẻ. Hôm sau bọn trẻ chợ Gò tìm tới đánh Thừa. Lúc đó Dư ra can thiệp, bọn nhỏ bỏ chạy; tưởng ma, cho rằng Dư chính là Thừa hiện hồn.

Mường Lai, chị đàn bà bạo miệng và lãng mạn nhất vùng, đã nhận xét về Dư Thừa:

"Hai cậu này về sau phải lấy chung một vợ. Cô vợ phải tinh ý lắm mới nhận ra anh nào lúc ăn nằm. Của quý của hai đứa chắc ni tấc cũng y hệt nhau".

Bà mẹ mắng Mường Lai: "Ăn nói chi mà bậy bạ. Xúi giục con người ta vô luân hay sao?"

Chuyện tưởng đùa, mà về sau, hai anh em Thừa Dư cùng yêu một cô gái. Cô Thoan con nhà, xinh đẹp duyên dáng, cô cũng cùng lúc yêu cả hai chàng trai. Cuộc tình ấy không thành vì cả hai gia đình cùng ngăn cản. Nỗi buồn nghi ngút trong lòng Thừa Dư. Cô Thoan than van:

"Yêu một chàng cũng như hai, lấy cả hai cũng chỉ một. Yêu hình chẳng lẽ bỏ bóng?"

**

Bình minh của bọn trẻ bỗng nhiên có sương mù che phủ. Một thời, họ không còn thênh thang đi tới chỗ hạnh phúc. Quê nhà không còn thái bình. Cái hoa dại trên đồi chẳng được bình yên. Con suối trong veo giữa rừng núi tinh khôi bấy lâu, nay đã loan chút máu vết thương người. Xã hội chợt bừng sáng chợt âm u; vừa bao la vừa hao mòn. Có người đổ mồ hôi giữa đêm lạnh, lại chợt giật mình chỉ vì cơn gió thoảng ban trưa.

Dưới lòng trời xanh đen, nơi này hay chốn nọ, hoàn cảnh nào, con người đều có chung kẻ thù: chiến tranh. Trôi nổi theo điêu tàn mênh mông đó là những bóng đen, không thiếu tàn nhẫn: đói kém, lạc hậu, dốt nát, chia rẽ. *Cả một giống nòi phải vươn mình bao năm mới tới nơi đầu đường để đón-đợi-bình-minh.* Mọi người đã một thời tự lìa bỏ mình, từ giã căn nhà thân yêu bờ tre khóm trúc, đi về đầu nguồn của phiêu tán, phân lập, hóa thân.

Chính lúc này Dư Thừa chia tay nhau, sau mối tình buồn. Anh em một nhà, ra nông nỗi…

Thừa cưới vợ, sinh con, đưa vào lập nghiệp miệt núi rừng Bình Thuận. Thuở ấy, thiên nhiên nơi đây hãy còn hoang sơ với trùng trùng lau trắng bên sông, núi đồi trầm tích hồn người dáng thú.

Rồi cũng như mọi trai trẻ, Thừa vào lính.

Mất nhiều năm, Thừa từ lính giải ngũ, về khai hoang, đốt rẫy làm vườn; vợ sinh được ba con, thì "Thôi đẻ". Thôi thật. Chớ không phải là rặt thôi lý thuyết như cha mẹ anh xưa. Thừa có nương rẫy, khu vườn cây trái, đàn bò, heo gà, nhà cửa tạm là khang trang.

Một chiều Thừa ngồi trên chuyến xe từ rừng về, qua con suối, xảy ra tai nạn, anh bị gãy một chân. Chân trái. Phải cưa bỏ một đoạn từ dưới đầu gối trở xuống. Thừa không dùng chân giả mà dùng nạng gỗ. Lần đầu tiên anh biết thương mến thân thể mình, hiểu rằng đã chia lại cho đất, đã chôn vùi dưới ấy một khúc xương chưa tàn, của mẹ cho anh.

Thừa chợt nhớ tới Dư. Nhớ tha thiết, như nhà thơ nhớ mây trong nghìn trùng.

Thời gian này tôi biệt tin tức về Dư nhưng vẫn hay gặp Thừa. Sau tai nạn, tuy còn trẻ, Thừa đã có cái cách của người già: ngán ngẩm cái sống, lại sợ cái chết; đầu hàng thời gian; suy gẫm điều trước kia không cần thiết suy gẫm; thiếu hưng phấn trong hành động, nhưng siêng năng lục tìm con sâu cái nấm trong thế giới được gọi là dĩ vãng. Thừa nhớ nhung thời trai trẻ. Tâm cảm thiên về ký ức; một thoáng nắng làm anh nhớ mồ mả cha ông; con chim khách kêu trưa, anh mong đợi bạn về. Bạn đây không phải là Dư, hay ai khác, mà chính là anh: một bạn-Thừa-thân-yêu nay đã thất lạc. Anh lang thang trong hiện thực đời mình.

Một vệt mây đen trên đỉnh núi, rất vân cẩu lại rất phù du, trong mây đã lắm hoàng hôn, ngần ấy, cũng làm Thừa bùng cháy dĩ vãng, trôi giạt về chỗ bồng bềnh; nhớ mùa xuân tắm truồng ở bãi sông, anh với Dư chìa hai con cu ra đọ xem đứa nào dài ngắn, so lỗ rốn đứa nào sâu hơn, tạt nước lên mình con trâu trưa da lông khét mùi nắng; rồi chợt nhớ cô Thoan có đêm thanh vắng tắm truồng; nhớ những chiều, ra bìa rừng làng nhìn xa xa thị trấn lố nhố những tường vôi dưới nắng hồng. Chao ơi, cả một nhân gian nơi đây rất thực, mà phải lùi mấy mươi năm để tìm về một nhân gian xưa; để được sờ tới, ngửi được mùi, được nằm vùi trong cái hương thời gian tươi vui sực nức. Hôm nay đôi khi giữa ngã ba đường, Thừa như một hành tinh âm u, mơ nhớ thuở đi về, tiếc thương chiếc bóng thanh xuân của mình; một chiếc bóng rõ nét, tinh anh trong Cõi Đời, giữa Cõi Người.

Lòng bỗng dưng nhớ một chiếc bóng là Ta đã suy kiệt tương lai. Tôi nào khác chi Dư Thừa. Bởi tôi cũng là thế hệ Thừa Dư.

Vừa đây, tôi bỗng nhận được một lá thư của Thừa. Thư có đoạn:

"Chú Ngọc, nhà thờ họ ta gần nửa thế kỷ nay không được sửa chữa, đã sụp đổ tan tành, hay gần như tành tang. Chú phải cố gắng về. Bà con bất kể là ai, môn phái chi, trôi giạt nơi đâu, cũng phải về cùng nhau góp công của trùng tu. Chim có tổ nước có nguồn. Chú là trí thức, cả họ mong chờ ở chú. Không phải chờ bọt nước miếng mà chờ tấm lòng nơi chú. Chú đã không-chạy-đi, vậy hãy-quay-về, không thể sống-ở-giữa-bóng-mây. Chúng ta phải đoàn kết mà sống, làm trong veo tinh khiết chỗ lạch nguồn. Nơi đây, hạnh phúc chúng ta cùng chia, khổ đau cùng chịu, chắc chú hiểu. Tin chú hay, trong việc này có anh Dư cùng tham dự".

Thật lạ lùng, Dư Thừa không ai nhắc tới cô Thoan, đỉnh cao tình yêu lý tưởng thuở nọ, mà quay về lập nhà thờ. Vậy là cố thủ trong nền móng? Chỗ an toàn tâm linh? Hay sau cuộc hành trình phân lập đơn lẻ, con người nhận ra được chỗ chung cùng. *"Anh có thể vô thần nhưng không thể không có cha mẹ ông bà, tánh linh của dòng giống, hồn thiêng Đất Nước".* Mà cái tánh linh cái hồn thiêng ấy như trầm thơm ngọc quý, đôi khi hữu ảnh vô hình, bao la đến nỗi ta không có tấm lòng thì chẳng thể nhận ra.

Nghĩ chi thì nghĩ, nhận được thư, tôi về, nhân thể nhìn lại đồi sim cái suối.

**

Từ xa xa, dãy đồi quê nhà đã hiện ra như những chiếc nón lá úp trong chiều xanh. Trời ngọc bích. Tôi xuống xe, tạt vào một quán nước đầu làng. Phía kia, cạnh chiếc nạng gỗ một người đàn ông cụt chân, mặt vuông vức, trán cao, bên trái cằm một nốt ruồi đen. Đích thị là Thừa rồi. Tôi vui mừng mờ mắt, reo lên:

- A… anh Thừa, chao ơi…!

Người đàn ông cụt một chân trả lời:

- Tôi là Dư chớ không phải Thừa. Lại lộn anh em sinh đôi rồi…

Tôi ngạc nhiên nói:

- Ủa! Anh Thừa mới lãnh đủ chớ anh Dư?

Người đàn ông tên Dư nhìn tôi với đôi mắt đượm buồn. Ánh mắt như ánh trăng về sáng, vẫn là trăng, nhưng trắng nõn, mờ nhạt. Mảnh trăng ấy nói:

- Ngọc ơi, ngồi đây uống một cốc nước cái đã. Mấy mươi năm kẻ Bắc người Nam anh em ta mới lại trùng phùng. Dư ngày hôm nay đã khác Thừa lắm rồi. Hãy nhìn đây, nhìn kỹ này: Hai anh em chúng tôi đều khập khiễng, tôi gãy cái chân mặt, Thừa tan tành một chân trái.

Dư kéo cái ống-quần-nửa-vời lên cho tôi xem chỗ chân bị cưa. Như tất cả các dấu vết tàn tật: những đường may là da thịt nhíu lại, nỗi chết đọng trong sự sống biến màu da tím ngắt, một con rít trên thân người. Ai cũng rùng mình, rất sợ nhìn vào chỗ ấy, trừ chính anh.

Tôi đã thấy một vết thương ni tấc, màu sắc, những chân rít như thế, nơi Thừa. Dẫu sao, Dư Thừa vẫn có cái đau chung khi lâm nạn, vẫn cõi mê man khi bị đánh thuốc mê để cưa đoạn một phần người. Họ cùng mang vết thương như nhau trong thân thể, chỉ một bên là Tả, bên kia là Hữu, nên thường cùng bị đau nhức lúc trái gió trở trời.

Ngoài nỗi nhức nhối rõ mặt, Thừa Dư còn giống nhau ở cái đau thầm lặng, sâu lắng và mông lung. Đó là khi Trường Sơn đã vào hoàng hôn, cái ráng hồng rặt màu máu đã tàn phai; núi sông hiểu rằng mình đầu thai Thần Đêm; là khi sớm mai biển động, bão tới; hoặc sớm mai kia bình yên – sẽ trồi lên một mặt trời tinh khôi, sạch sẽ Máu, sạch sẽ Lửa, thuần khiết giọt sương, thuần khiết nắng… *"Tôi xin trả mộng cho Người".*

Hôm nay nếu mẹ xưa còn sống, mẹ khỏi bận lòng đeo vào tay Dư chiếc vòng Đồng Đỏ để nhân gian phân biệt với Thừa. Xóm trẻ chợ Gò không nhầm tưởng một trong hai anh em là ma hiện hồn, hai giọt máu cùng bào thai làm-ma-cho-nhau. Đã trôi qua cơn mộng dài khe khắt, hình thức này mạo hóa nội dung kia. Đã rất mực chiều tà trong thân phận Thừa Dư, khi nhìn lại, rõ mặt.

Nỗng Ông Tào hiện ra trước mặt. Gió, mây, miền hoang vu trên ấy. Xa kia, con sông Đồng Dâu màu nước cuối đông xanh biếc. Quê hương đây rồi. Chúng tôi thả bộ lai rai vào xóm; mảnh vườn trong làng Văn An của mẹ anh xưa, mỗi tháng giêng luống cải trổ những hoa vàng, bướm bay trong chiều; con đường làng trắng màu sữa; tiếng trống hội làng, tiếng xưa thì thùng đâu đó, em bé chui vội qua bờ rào rách chiếc áo mới. Giẫm mỗi bước lên dĩ vãng, Dư im lặng. Thừa càng lặng im.

Trong hương xưa ngất ngây, không ai than phiền mình đã bị gãy cẳng, hoặc vui vẻ được gãy cẳng vì lý-tưởng-có-sẵn-mì-ăn-liền. Họ ngửi trời đất, nhấm nháp vết thương, tương lai sẽ rửa hộ niềm đau, quê hương vỗ về những đứa con phiêu lãng trở về.

Lúc qua chỗ bờ giếng, một cô gái chừng vài mươi tuổi nhìn chúng tôi, nhìn những đầu gối, lại soi khuôn mặt xinh tươi xuống lòng giếng. Trời nắng cao. Cô gái sinh sau khi chúng tôi bỏ làng xóm ra đi khá lâu, trai trẻ nào biết ai ra ai, cô nói:

- Hai bác này giống nhau như hai giọt nước, chỉ khác…

Ông giáo làng – thầy dạy vỡ lòng chúng tôi thuở bé – giảng giải cô gái:

- Hai ông này là cậu ruột của cháu đó. Đừng nhìn mặt. Cứ nhìn hai ống chân. Khuyết bên Tả là ông Thừa. Hụt phía Hữu là ông Dư…

Cô cháu cười, xin lỗi, lại bỗng nói xa xôi:

- Vết thương, tàn tật, thì có thật, còn đây. Trong sách vở sao lại nhiều anh hùng toàn vẹn.

Tới một khu vườn nhỏ, cỏ mọc tận hàng hiên, cây sầu đông đầu ngõ trơ lá, đứng cạnh cái chuồng bò, vắng bò, Dư hỏi tôi:

- Chú Ngọc nhớ chỗ này không?

- Biệt ly non nửa thế kỷ mần răng mà nhớ.

- Chỗ này xưa là cái chái hè. Mẹ tôi đập bầu sinh hai đứa tôi. Đúng ra, tôi được bất ngờ chào đời chỗ này. Sau, cha tôi bế mẹ vô nhà để tiếp chú Thừa.

Tôi nói:

- Khi sinh nở, chắc bác gái không đổ máu nhiều như anh em chúng ta sau này.

Dư nói nghiêm chỉnh:

- Cũng đã qua một lịch sử rợn người.

Nghe tin chúng tôi về làng, bà con xúm xít tới đông vầy, tháp tùng đó đây như một phái đoàn. Đặc biệt phái đoàn này đa phần rách vá. Có người đang chăn bò ngoài rẫy, nghe tin, mừng, vội chạy về, roi cầm nơi tay. Có đứa cháu đang đun bếp, lọ nghẹ đen lòm, chạy tới, để, *"Xem dung nhan các bác đã từng làm quan hai bên"*.

Cô Năm tay bưng rổ khoai lang, nụ cười như mếu, nước mắt vòng quanh. Chợt thấy trong rổ khoai lang của cô có một trái lựu đạn sét rỉ, bám đầy đất, tôi kinh ngạc hỏi:

- Trời đất! Cô trộn chung cái giống này với khoai lang à?

Cô trả lời như giỡn chơi:

- Khối chi ngoài đồi nương. Lâu lâu bới được một trái. Thứ chết tiệt này đâu còn sức nổ mà sợ.

Tôi nạt:

- Coi chừng banh thây bất cứ lúc nào.

Năm nói ráo hoảnh:

- Tui zửa sạch sẻ tui bán cho bọn đào đãi vàng.

Thầy giáo làng bình luận:

- Ngày chiến tranh, nhìn củ khoai nằm xa xa cứ ngỡ quả lựu đạn. Sợ chết khiếp. Bây chừ mấy con mụ này coi trái lựu đạn như củ khoai lang.

- Trong Sàigòn người ta ngồi ung dung cưa đôi trái bom để bán sắt phế liệu mới ngon chớ.

- À… ngày khởi nghĩa chống Pháp bốn lăm, tao phải mất cả ngày cưa, đục, đẽo, khoét một khối gỗ, chạm khứa nó thành trái lựu đạn, sơn đen mà đeo. Kể lạ, cũng oai. Có trái lựu đạn gỗ bên mình, tự tin hơn.

Bà con hết chuyện lựu đạn, tôi hỏi thăm đời sống gia đình, cô Năm than vãn:

- Bết lắm chú ôi. Sưu cao thuế nặng.

- Con cái học hành khá không?

- Thời buổi oái ăm. Trẻ nhậu nhẹt, già trai gái đào đĩ. Trẻ để râu ria cho ra già. Già nhuộm tóc đen đầu. Đứng núi này trông núi nọ.

Trong lúc hàn huyên, cô Năm chợt nhìn Dư Thừa từ đầu tới chân rồi nhận xét. Như có thần linh phù hộ cô rao truyền:

- Nghe người ta đồn tới bây chừ hai anh còn giống hệt nhau như Dư Thừa ngày còn nhỏ, mà đâu phải vậy. Không biết trong cái đầu cái não các anh ra làm sao, chớ bên ngoài hai anh đã khác nhau từng ánh mắt, nụ cười, cách cư xử, cả tiếng thở dài. Anh Thừa kính cẩn lạy ông bà mà anh Dư thì đứng từ xa xá xá vài cái. Tiếc chi vài cây nhang đối với tổ tiên. Một anh cái gì cũng ra điều quan trọng, bí mật, mặt gằm xuống đất. Một anh kia ăn nói rổn rảng, cứ nhơn nhơn ta đây. Sao các anh không nói thẳng vào chỗ con người, không nhìn thẳng vào nhau mà nói.

Thầy giáo làng giận mắng:

- Thím Năm này thậm hỗn.

Thừa can ngăn:

- Cô Năm cũng có cái đúng. Lâu nay mình cũng có phần câm điếc. Học hành nghe ra ghê gớm làm vậy chớ thật ra mình chưa được người nông dân dạy dỗ điều chi.

**

Hết thăm người sống lại viếng kẻ chết. Chúng tôi lên đồi, nơi có nghĩa địa từ đời ông cao tằng trở xuống. Xưa, mồ mả rải rác trong đồi sim, mỗi lần con cháu đi chạp mả, thường thất lạc trong rừng. Nay, rừng sim bị tiêu diệt, mả mồ tràn lan. Trùng điệp bia nấm. Thỉnh thoảng mới vài hàng thông reo. Người chết sướng thật, an hưởng một hư vô trong ngần.

Dư chống nạng lững thững đi lên đồi. Tôi ở chân đồi, lẩn quất với màu hoa bông trang, mùi hoa dại, vồng khoai lá cỏ. Tôi thích thú nằm thẳng cẳng trên nền cỏ, cùng bia mộ đá, nhìn trời xanh. Tôi hít, tôi thở. Tôi co ro trong tràn lan nỗi nhớ. Cả một đồi quê mộc mạc tỏa hương. Tôi nghĩ về Khổng Tử khi mắt nhìn bãi cứt trâu khô. Ngâm câu thơ Nguyễn Du khi đầu kê trên lớp đá ong khô. Nghe trong tơ tóc có lời vàng thau. Đây là thuở thanh bình, cái chết đạn bom đã dừng gót, nhưng trong cái sống âm ỉ, hãy còn một cuộc tranh chấp cân não xem ra dằng dai: cuộc chiến nội tạng thừa-dư.

Chiều tà. Dư lững thững từ lưng chừng đồi xuống gần chỗ tôi nằm. Từ vị thế dưới chân đồi nhìn ngược lên, tôi thấy Dư đứng xiên xiên, tì vai lên chiếc nạng xiên xiên, người và nạng nương nhau, tạo thành một chữ V lộn ngược chụp trùm lên tất cả. Đáy là đỉnh. Đỉnh chữ V cao vút giữa thanh thiên, chứa trong lòng nó là sườn đồi, nương rẫy, chim chóc, hoa rừng, mộ chí, thập giá; cao hơn là một mảng trời xanh hình nón, vài giải mây trắng bay, lại như có gió phiêu bồng. Đúng ra, Dư cùng sự tàn tật tương hợp đang bao trùm lên một quê nhà; một bức tranh hiện thực, cho dù sau này thời gian gội rửa, cho dù tương lai có bừng sáng, thì Cái-được-gọi-là-Hôm-Nay vẫn là một dĩ vãng hằn in. Tôi nhắm mắt, hiện thực ấy vẫn cứ mãi đen ra trong mắt não một vết chàm.

Nhìn cách tạo hình của Dư nơi sườn đồi. Thừa tự mỉa: "Trong mỗi chúng tôi đã có một Việt Nam hoặc một Vinh quang lộn ngược". Tôi nói "Cái chính là những gì trong ruột chữ V". Thừa khẳng định, "Không phải. Phải đảo chữ V lại, cho thuận chiều lịch sử".

Tôi quay đi, úp mặt trên lớp đá ong khô.

Tuy nhiên ngày hôm sau lại có một cuộc sum họp vui vầy. Họ hàng nhà tôi có máu đờn ca sáo thổi, nên mấy ngày khánh thành nhà thờ Họ, ngoài các nghi lễ cổ truyền, tế tụng, còn có một đêm liên hoan văn nghệ.

Buổi trình diễn có một màn khá độc đáo, mang chủ đề: "Anh em một nhà, chúng ta cùng tiến bước", do Dư và Thừa thủ diễn.

Dư và Thừa, không ai dùng nạng, cùng dìu nhau lên sân khấu. Hai anh ghép lại thành một, tạo ra một hình nhân đủ cả hai chân nhưng bên trên có hai thân mình, hai cái đầu; đó là chưa kể những chi tiết lặt vặt như bốn con mắt, hai cái miệng, hai quả tim, hai bộ não, bốn cái hòn... *Người nào nghĩ rằng mỗi con người chỉ nên có mỗi cái đầu thì rất khó chịu về hình tượng lắp ghép đa nguyên này.*

Thân hình kép đó bước đi trên sân khấu rất dịu dàng, rất nhịp nhàng. Kinh ngạc hơn cho đám khán giả khi Dư đánh đàn guitare, Thừa thổi khẩu cầm hòa điệu bài The Longest Day. Ngày dài nhất của Normandie đã qua, nhưng trong âm nhạc, cái nhịp điệu trần gian, ngày dài nhất vẫn còn.

Dư Thừa rất cần thiết tựa nhau mà đi, lại hình như không tựa vào nhau. Một sự tựa nhau rặt hình thức, còn nội dung tự ai nấy lo. Một nương nhau biểu trưng, ấn tượng về một hòa nhập trong một loài người cần thiết hòa nhập. Dường như có một mẹ già, vô ảnh, giúp họ bước đi; cái vi mạch thiếu thời đẩy họ tới chỗ hòa điệu.

Màn trình diễn *"Anh em một nhà, cùng nhau tiến bước"* được bà con hoan hô hết mình, có người khóc; và được trao giải. Tôi được vinh dự lên trao huy chương. Tôi hỏi bà con, *"Ai huy chương vàng ai bạc?"* Có tiếng hô lớn, *"Huy chương vàng cho cả hai"*. Lại có tiếng nói tiếu lâm, *"Thưởng là thưởng cái chỗ còn một chân mà biết dùng nó đấy"*.

Đêm đó, ba anh em tôi ngủ chung một giường, tâm sự thâu đêm, từ chuyện nhỏ nhặt như cái răng trong mồm chúng ta đã rụng lai rai, tới vấn đề lớn lao của lịch sử, nhân loại; từ cái nóng bỏng tầng ô-dôn thủng bể từng giờ, tới sinh hoạt thường hằng là "làm đệ tử khoái ngoài ruộng đồng trăng thanh gió mát" thường là thú vị hơn ngồi trong nhà tiêu chốn phố phường.

Gần sáng, trời trở lạnh. Thừa quơ mền đắp cho Dư và đắp quàng qua cho tôi. Chân chạm vào nhau mới sực tỉnh: *"Hóa ra trong bao năm dài chúng tôi ba người chỉ có, và chỉ sống trên bốn cái chân. Lịch sử từ lâu nhường bước cho một đám sinh vật bốn chân thủng thỉnh đi qua"*.

Sàigòn, Bến Nghé 1992

CÂU CHUYỆN ÂM NHẠC

Một chiều cuối năm, chúng tôi ngồi đây với cái lạnh vàng cuối mùa, vẫn gió mây như bao đời, bè bạn chung cùng, vài chén rượu, những câu chuyện đời. Chỉ thiếu Từ Khuyên.

"Mạc vị Xuân tàn hoa lạc tận
Đình tiền tạc dạ nhất chi mai".
[Chớ bảo Xuân tàn hoa rụng cả
Đêm qua sân trước một cành mai]

Cái lẽ vô thường bàng bạc trong lời thi kệ của Mãn Giác Thiền sư, vẫn được Từ Khuyên đọc cho anh em nghe hôm nào; hôm nay chừng chưa tàn qua hơi rượu cay, Từ Khuyên đã vội đi rồi.

Cách giã từ của Khuyên là rõ thật, ta có thể nhìn thấy đôi mắt nhắm, có thể nắm hai bàn tay lạnh của anh. Nhưng nó lại rất mơ hồ trong ký ức mỗi bè bạn. Nó đáng cho là phi lý nếu chúng ta không sống trên một đất nước lạ lùng, như hoàn cảnh chúng ta đành lòng Phải-Sống, như hôm nay.

Nơi đây những điều an lành chúng ta mong đợi đã chưa bao giờ tới, những bất bằng, nghịch trở, luôn là chuyện xảy ra thường ngày.

Mùa Xuân chưa đúng nghĩa là một vui mừng Chờ Đón, mà là một lần phải thêm một chờ đợi; thêm một mùa xuân nữa, may ra có gì thay đổi, chuyển vần. Cái bản mặt đen tối của thời sự đang nắm chắc, bôi bẩn số phận mỗi con người.

*****

Từ Khuyên, có một tác người to khỏe, sức làm việc khá bền bỉ, duy có hai điều hại tới sức khỏe mà anh đang bị mê hoặc, thuốc lá và rượu bia. Một hôm đi thử máu, Khuyên bàng hoàng, lượng máu cao ngất, vượt gấp đôi mức cho phép.

Một người bạn, vốn giàu máu khôi hài, khi biết Khuyên lâm bệnh tiểu đường, vừa cười vừa hù dọa:

- Bệnh này là rất nhiều di chứng, dễ đưa tới *Niệm phút cuối*. Nào là mờ mắt, đục thủy tinh thể; huyết áp cao, mỡ nhiều trong máu, rối loạn tiền đỉnh; yếu thần kinh, thiếu máu não, suy tim. Lâu ngày, cục máu đông cứng chỗ động mạch như bị một... cục đường chặn ngang; máu trong cơ thể không thể lưu thông dễ dàng, sinh ra đứt gân máu; đột quy, ngã lăn quay bất cứ lúc nào. Thì rằng là, tiểu đường chẳng bao lâu sinh bại thận, lao phổi; chân cẳng mất dần cảm giác do hệ thần kinh xuống cấp; chỉ một vết thương nho nhỏ vẫn không thể liền thịt da, lở lói tầy huầy, rồi hoại tử; phải cưa đi đoong một chân là chuyện thường ngày ở huyện của người bị bệnh tiểu đường. Bởi vậy tự hơn hai nghìn năm trăm năm trước, trong Tứ thư Ngũ kinh, Khổng Tử đã dạy, rằng thì là, "Đi đâu thì đi, lỡ giữa đường sá ta bí-đớ thế nào, gốc cây bóng mát quyến rũ dọc đường ra sao, ta vẫn phải rán về tới nhà mà tè, thì khó thể bị "bệnh tiểu đường".

Từ Khuyên hiểu là bạn mình vẽ vời, cùng lúc anh biết là nếu không trị chữa, luôn tập thể dục, việc ăn uống hợp lý, thì đời mình từ nay có thể đã sang một bước ngoặt; tiến dần về phía bạn hữu với đôi nạng gỗ, chiếc xe lăn.

Sau nhiều ngày buồn lo, anh đã vượt qua sự sợ hãi, khi nhất mực, triệt để thay đổi suy nghĩ cũng như cách sống. Là, nhìn rõ mặt những điều xấu nhất. Anh thực hiện cách sống chung với bệnh hoạn. Xem cái xui xẻo tận mạng, căn bệnh quái ác là "đồng chí" của mình. Xem, nếu một phần người thịt da hoại tử, lở lói, thối hôi, cũng là do chúng cùng chung giống người da vàng với mình.

Anh rất mực vui vẻ và thoải mái như khi phải sống chung với môi trường sống đương thời. Dù thế nào cũng nên luôn vui cười, chia sẻ với bà con, cùng đồng-bào-xuống-cấp quanh đây vào thời mạt pháp.

Sớm mai, ra ngõ là gặp đồng bào. Ăn nói hít thở, va chạm mồ hôi nước mắt cùng đồng bào. Nhưng, tối khuya trong giấc ngủ hãy còn hãi hùng một thực tại ăn lấn, chiếm giữ những giấc chiêm bao về cảnh giành giựt, lừa đảo, bôi xấu, chém giết nhau không nương tay giữa đồng bào. Biết là nó tàn nhẫn như thế, nhưng Từ Khuyên không, và khó thể bước-ra-ngoài-nó, một Quê hương. Khuyên tự nhủ: "Không sợ bệnh nhưng phải hiểu rõ bệnh; tập cái thói quen bình thản hòa mình, sống chung với những điều bất trắc".

**

Từ Khuyên bỏ thuốc lá cái một. Tuyệt, không màng tới bia rượu. Nhìn hai đứa con khôi ngô anh hứa với tâm can, là sẽ sống cùng với chúng những ngày mai, sẽ có thể là, mãi mãi tươi vui.

Từ ngày lâm bịnh, anh cần một hy vọng, hai đứa con; anh cần một nương tựa, người vợ.

Vợ, sinh mệnh bị thời thế đục rỗng, một sinh vật lúc đứng cũng như lúc ngồi; lúc thẳng người cũng như khom lưng, khi nằm ngủ khi chải tóc; lúc đầy đủ áo quần ra phố thị hoặc không cần quần áo quanh người trong phòng ngủ; cả lúc cần nhằn, anh vẫn thấy nàng, đương nhiên, là sinh vật tươi xinh ấy nay đã "xuống một tầng đời", vẫn luôn là chốn để anh nương tựa.

Vậy là mình phải sống.

Đi bộ mỗi ngày đúng bốn mươi phút. Dùng thuốc đúng theo toa bác sĩ. Ăn uống đúng cách theo sách vở y khoa dành cho người tiểu đường. Không đường. Ít bột. Nhiều rau. Không quá béo. Ba tháng tái khám một lần.

Sáu tháng trôi qua. Bụng bia tròn vo phì đại đã tự thu nhỏ lại. Người Từ Khuyên nhẹ, gọn, chân bước không còn bủn rủn như những ngày đầu lâm bệnh. Lượng đường trong máu trở lại mặt đất, gần như người bình thường.

Đoạn tuyệt chỉ là sự "đã đành". Nhớ nhung nó có con đường riêng để bắt buộc phải "Nhớ về". Như thằng nghiện ma túy trong trại cai nghiện.

Những chiều ngoài kia nắng vàng, cõi trời óng ánh như màu bia trong chiếc ly thủy tinh. Khuyên thèm cái giây phút chạm bàn tay vào ly bia lạnh, những hạt nước nhỏ nhoi bám ngoài thành ly long lanh như sương. Lắc lắc vài cái, lũ nước đá chạm nhau kêu lanh canh. Đưa ly lên ngang mồm, cười giòn, nào... dzô.

Trên quê hương hôm nay, nếu đem lượng rượu bia được nuốt qua cần cổ người, chia đều trên đầu người, thì mỗi năm một đứa trẻ sơ sinh phải gánh gần... non trăm lít bia. Mỗi lít ba lon.

Từ biệt bia rượu ư? Có nghĩa là mất bạn tiêu bè. Còn rượu còn chơi. Sự đời hằng hữu, bia với rượu một bên [tựa như *biển một bên*] và vợ một bên [*và em một bên*], bỏ lên đồng cân, cân chơi. Cân một lần cho là chưa đúng thì chịu khó cân đi cân lại nhiều lần. Chẳng lần nào hai bên ngang bằng cân lạng với nhau.

**

Từ Khuyên cố chọn một cơ thể lành mạnh, một tinh thần vững vàng để sống cùng vợ con. Nhưng cuộc đời, đúng ra cái trái ngang của thời thế, nó hại anh. Giữa hai thế lực ý thức hệ chính trị đối khàng tử sinh với nhau, thì những gì là sản phẩm tư tưởng của mỗi bên là ngược chiều nhau. Nhạc vàng, nhạc đỏ, cái này còn, giống kia phải chết. Khuyên không chết vì bệnh tiểu đường, mà thật trớ trêu, là vì âm nhạc.

Bây giờ là sáu giờ sáng, như thường ngày, Từ Khuyên đi bộ được bốn mươi phút qua các khu phố thoáng mát, đã tới đường Trương Định. Cây hai hàng cao vút, có tuổi trăm. Lề đường rộng, nhà hai bên toàn là biệt thự cổ. Quận Ba, Sàigòn, nức tiếng nhà cửa đẹp đã, kiến trúc có từ thời Tây đô hộ, là nơi cư ngụ của tầng lớp quyền thế, giàu có, bất cứ thời đại nào. Dân gian vẫn rao truyền bao đời nay câu ví von: *"Ăn quận Năm / nằm quận Ba / xướng ca quận Nhứt / cướp giựt quận Tư"*.

Quận Tư, thuở xưa là đất Bến Cảng, phu phen giang hồ tứ chiếng. Là bao la các khu nhà ổ chuột tồi tàn. Dân anh chị, từ tép riu tới hạng thượng thừa là không thiếu. Tương truyền, có bậc đàn anh tuy ngồi xe lăn, nhưng *võ nghệ đường phố* cao cường, phóng một lúc ba con dao trúng phóc ngay bon một lúc ba... cái cần cổ. Một lần phóng dao, ba nhơn mạng quy tiên. Quận Tư, luôn có những đại ca một đời huyền thoại, hành tung xuất quỷ nhập thần.

Quận Nhứt, trung tâm đô thị, bước trăm thước đã gặp nhà hàng, vũ trường, khách sạn, rạp ci-nê, quán rượu, nhà tắm hơi, nhà sách, khu ca xướng, dù là đĩ điếm cũng hạng cao sang trong phòng lạnh, lầu cao.

Muốn thưởng thức các món ngon vật lạ, đặc sản chính cống của giống nòi Tào Tháo, mà Sài gòn không thể có, thì vào quận Năm, Chợ Lớn, đặc khu của dân Ba Tàu. Rất chi *ngộ ái nị*.

**

Sau mấy chục phút đi nhanh, trước khi dừng hẳn, Từ Khuyên bắt đầu đi chậm, hít thở thư giản theo phép dưỡng sinh. Mặt trời đã ló dạng ở đường đông. Nắng sớm phơn phớt, bóng cây mờ thoáng trải dài trên đường vắng.

Từ Khuyên dừng lại chỗ cánh cổng một tòa biệt thự. Tòa nhà này thời Cộng Hòa là nơi ở của một vị quan chức cao cấp. Nay quân thắng trận tịch thu toàn bộ, giao cho một cán bộ loại bự đến ở.

Chỗ cách cổng mở rộng, một thanh niên đứng trên một cái thang sắt, tiếp với giàn hoa giấy sum sê. Anh ta dùng hai tay cầm một cái kéo to bự, lưỡi kéo dài bằng một cẳng tay. Anh vừa hát luôn mồm theo tiếng hát "quân hành" phát ra từ bên trong, vừa linh hoạt cắt tỉa cành lá chỗ vành cổng cho gọn, đẹp.

Cái kéo chừng rất nặng nhưng gã này rất khỏe, hát và múa cái kéo như người làm xiếc. Lá cành thừa thải rụng đầy mặt đường. Cái kéo có thể cắt phụp, đứt ngang một nhánh cây đường kính vài phân tây.

Từ khuyên bỗng dừng lại chỗ cổng mở, vì có tiếng máy hát rất lớn từ trong biệt thự vọng ra. Anh bị cầm chân vì mỗi ám ảnh thời cuộc. Hằng triệu người Miền Nam rất dị ứng với loại nhạc này.

Đâm thẳng vào màn nhĩ của Khuyên, cái "âm nhạt" đơn điệu vỗ đi lặp lại, nội dung lời hát nông cạn và thô thiển, qua giọng hát một ca sĩ thiếu cái đầm ấm truyền cảm mà ồn ào thôi thúc. Lại rất mực khiêu khích, luôn có hòn đạn, lưỡi dao, cái khí thế xung phong.

Lời ca làm nóng, khuấy đảo cuộc sống đang luôn mong đợi sự yên bình, nỗi tha thiết gần nhau trong tương ái. Nó đẻ ra những thời đại khập khiễng tức thì theo sau, luôn ẩn tàng những suy đổi, tan vỡ.

Gã thanh niên to khỏe, đang tỉa cành, các cơ nhìn Từ Khuyên, rồi hỏi Từ Khuyên với một giọng *"buổi đầu của thân thiện"*:

- Nhạc hay không anh? Một thời là cao trào đấy.

Từ Khuyên nhìn người thanh niên với đôi mắt lạnh lùng. Thay vì bỏ đi trong im lặng, ma bắt Khuyên lại nói:

- Cái gì qua rồi nên cho qua. Cái loại nhạc anh đang nghe nay chẳng còn một giá trị gì.

Gã trai trẻ nạt:

- Bố láo. Không muốn nghe thì cút đi. Tao muốn nghe thì đã sao.

- Con đường này là của chung, bước đi này là của tôi.

- Vậy vừa đi vừa bịt hai lỗ tai lại. Ngậm luôn tiếng trong mồm. Câm đi.

Từ Khuyên thật là phí lời, tự bước vào gai lửa, khi giải bày:

- Nếu anh mở vừa tai trong nhà anh, thì tôi đâu dính vào. Đằng này là âm thanh vang động, chói tai, mệt tim cả mọi người qua đường. Nó giống như cái loa tuyên truyền treo trên cành cây, cần cho cả một khu phố, người người phải… bị nghe.

- Địt mẹ cái thằng này.

Gã trai trẻ bất ngờ nhảy phóc một cái, từ từng thang sắt xuống ngay đất. Đá tung cái ghế nhựa trước mặt. Một tay xách cái kéo. Một thoáng, hắn lao nhanh tới Từ Khuyên. Rõ, là có nhiệm vụ "Bảo vệ sự tồn vong của Nàng âm nhạt riêng mùi của hắn ta".

Ở một nơi ai cũng là kẻ giết người.
Ở một nơi ai cũng có thể giết người.

Ở một nơi vừa thụ thai trong bụng mẹ, là sinh linh đã ăn phải dòng máu hận thù, máu chia phôi rên rỉ. Tôi sẽ là một kẻ giết Người, hoặc là kẻ bị Người giết hại.

Trên đường từ mái trường trở về nhà, một thầy giáo đã rất mực băn khoăn, *"Qua lời rao giảng, mình đã giết một lũ trẻ rồi ư?"*

Từ cổng chùa bước ra, một sư thầy giựt mình nam mô, *Mình vừa giết một ai.*

**

Từ Khuyên đứng sững người. Như bị chôn đứng một nửa người xuống nấm đất quê nhà. Trong chập chùng ảo giác Từ Khuyên thấy hai lưỡi kéo trên tay kia nhập lại, mở ra như hai cánh bướm khổng lồ. Hai cánh bướm bay trong không trung, một trời mai xanh ngát. Con bướm lạ muốn đậu chỗ cần chỗ của Khuyên. Nó xấn tới, là mong được như thế. *Cần cổ của tôi là nụ hoa ư? Máu của tôi đượm mùi hương của mật ư!*

Hãy bình tâm cho một giả dụ.

Hãy hiểu là buổi sớm mai này Từ Khuyên đang sống trên quê hương này, cái chứng minh nhân dân chí là thẻ hợp pháp để anh sống trong một vườn thú.

Từ Khuyên đang trong sở thú, trước một cái chuồng cọp, cọp dữ luôn muốn vồ anh, nhưng anh không hề nhận ra mùi cọp.

Cọp từ rừng sâu núi cao, từ khuya, đã trở về đồng bằng, cọp ấy vẫn là Cọp này. Loài hùm beo này tới nay chưa hề được thuần/nhân hóa. Nên chúng vẫn là Chúng. Vẫn sẵn sàng vặt máu anh ra, khi có dịp, và có thể.

Chúng ta có khi ngây thơ, quên rằng mình cũng đang trong sở thú, chỉ cách loài kia một chắn song, chung cùng một nơi hít thở của khí hậu động vật.

Cái ý thức trốn chạy của anh trước tình huống nan nguy bỗng lịm tắt. Giây phút uất ấy không nhẹ tênh như chiều, không tối như đêm, nó sáng ửng trong anh một ánh lửa của nghi hoặc. *"Vì sao chúng ta không tìm một cái Chết trong Danh dự trước khi Đi Tìm một nơi chốn an thân?"*

**

Rất mơ hoang và tê liệt, một nửa thân người như chôn chặt trong nấm đất quê hương, Từ Khuyên đứng yên nhìn hai cánh bướm nhấp nhô. Như lá hồng bay.

Cái Tận Cùng đã tới sớm với anh. Không còn thời gian, không đợi chờ lúc bệnh tiểu đường chuyển hệ quả suy tim, bại thận, đột quy, hay hoại tử từng phần người nơi anh.

Nhanh hơn anh tưởng, con bướm đen đậu ngay, và đúng vào chỗ cần cổ của anh. Nó lạnh mùi thép. Rồi nhấp cánh một cái. Phụp. Từ Khuyên nghe cái đầu nặng nặng. Rồi nghe cái đầu nhẹ tênh như chợt bay bổng lên từng mây.

Nghe, là nghe trong gió thoảng vầy thôi.

Xóm Gà, Gia Định, 11-2015

NỖI ĐAU ĐÔNG DƯƠNG

Để tưởng nhớ những sĩ quan Campuchia sang tu nghiệp các khóa Hành chánh Tài chánh, tại Sài gòn, trước 1975. Tác giả, bấy giờ là một trong những sĩ quan giảng viên các khóa này. Sau tháng Tư 1975, Tác giả có dịp ghé Phnôm Pênh. Theo địa chỉ cũ, các sĩ quan Campuchia ghi cho thuở trước, Tác giả đã cố tâm tìm thăm. Nhưng chẳng được gặp lại ai. Không còn ai.

Tác giả vẫn một thành tâm mong, đã còn một ai sống sót mà mình chưa may mắn được gặp lại.

[CTB]

I.

ai người bạn. Rất thân thiết từ thuở nhỏ. Có lúc ăn cùng mâm, ngủ cùng giường. Học cùng trường, cùng lớp. Chỉ chia biệt, và tử sinh đối kháng nhau khi họ đã trưởng thành; mỗi người một bên giới tuyến, chỉ súng đạn mới giải quyết rốt ráo, lúc chung cuộc.

Cuộc tranh chấp dai dẳng hơn hai mươi năm vừa kết thúc, họ mới có dịp gặp lại nhau. Xa nhau vì chiến tranh. Gặp lại nhau vì đất nước bị rủi ro hòa bình.

Rủi ro! Vì chế độ Cộng hòa trước đó đã bị sụp đổ, chế độ mới cai trị dân tộc mình theo một chủ thuyết tận diệt. "Đọa đày, chết chóc hơn thuở chiến tranh. Hòa bình trong hoàn cảnh này là một thảm họa lịch sử. Một đại bộ phận dân tộc là thành phần chiến bại, là đương nhiên nằm dưới, và trong, cách *hành xử của kẻ chiến thắng"*.

Hôm hai người bạn gặp nhau, không hề có cái bắt tay, ôm nhau, mừng sum họp; không ngồi chung một bàn trà để hàn huyên tâm sự; mà chỉ cùng trên một gò đất cháy, hãy còn dấu vết lửa đạn, nơi một cánh đồng ngoại ô.

Một trời khô từ tầng mây. Một người ngồi, thế ngồi rất khó khăn trên nền đất, vì hai chân bị trói. Cỏ xanh đó đây đã cháy nham nhở, từng đám đen, nâu, đầy tàn tro. Một người kia thắt lưng đeo một cây súng sáu, tay cầm một cái búa, loại hành quân đường rừng.

Gió kinh đô hãy còn phảng phất mùi lẫn màu hương cũ. Ngọn nước từ thượng nguồn đổ về cửa sông Bốn-Mặt vẫn điềm nhiên với lãng đãng trôi. Ấy là thần thái của thiên nhiên, tự nhiên như bao đời hằng có. Nhưng hai người bạn, mỗi người một bên dòng chảy chia hai, đã dung rủi, khu trú bao năm trong mỗi bên tư tưởng đối nghịch. Giờ đây, cái nhìn nhân văn giữa bọn họ luôn ngược chiều; cả những điều tự nhiên, hay thiên nhiên bày sẵn, cũng đối nghịch nhau.

Cùng một màu nắng nhưng nắng chia hai theo tâm cảm mỗi con người. Người chiến thắng nghe đất ấm, cực là mãn nguyện, tự vỗ về: *"Hôm nay hòa bình, tôi được ung dung trên Đất Mẹ"*.

Một người kia, *"Đất mẹ đã thấm nỗi đau nhục cuộc chiến bại của đàn con"*, vẫn nắng ấy mà lạnh cả châu thân. Từ sâu thẳm đáy lòng đã cất tiếng: *"Đất Mẹ vẫn ấm, nhưng con sẽ về với Mẹ trong hoàn cảnh một nạn nhân. Mẹ không hề dạy con cái cách trở về hèn nhục này. Lẽ ra con phải tự xử trước khi đôi chân bị trói, trong số phận một kẻ chiến bại"*.

Nơi xa kia, xanh xanh hàng cây thưa, bờ tường vôi, mái ngói loang loáng nắng, từng đoàn người trong thủ đô là cư dân bao đời nay đang bị quân chiếm cứ tức tốc xua đuổi ra khỏi thành phố. Già trẻ lớn bé hàng ba hàng năm, lô nhô trôi dạt. Con-suối-nhiều-màu-y-phục chảy từ những khu đại lộ, ra các ngã ngoại ô về phía những cánh đồng, những khu rừng, nơi không có làng mạc.

Nhìn mông lung trong chiều, nhìn rộng khắp bốn bề, là tràn lan ngập ngụa dòng-sông-người. Những dòng máu hồng hoang từ kinh thành, lồng ngực quê hương. Những dòng máu mắt nhìn, mang hơi thở, tiếng khóc trẻ thơ tỏa đi rộng dài hơn. Chảy về phía màn đêm sắp buông.

**

Khi lá quốc kỳ của chính thể mới được cắm trên đỉnh dinh Tổng thống, chính thể Cộng Hòa đã thực sự tan rã, mọi sinh hoạt trong kinh đô đã bị triệt để đổi trắng thay đen. Chế độ mới đã dùng bàn tay sắt đối xử với toàn thể dân chúng hiền hòa trong kinh đô, và trên cả nước.

Nhiều năm trước một tướng lĩnh đã làm cuộc đảo chính, Quân vương đã phải sống lưu vong. Vương quốc biến ra một nước Cộng hòa, đứng đầu là Tổng thống. Dân chúng vẫn một lòng yêu mến Vương triều. Hoàng cung vẫn là nơi chốn biểu hiện lòng tôn kính. Hôm nay, cái thời vàng son ấy đã, và sẽ biến mất.

Kách mệnh vô sản, K. đã tới.

Đầu tiên là không còn tiếng chuông chùa. Các sư sãi tức khắc cởi bỏ áo cà sa chuông mõ lại sân chùa. Bằng đôi chân trần thô tháp, không là bước khoan thai trên lề đường khất thực mọi ngày. Họ bị lùa đi, bên cạnh bọn lính cầm gậy gộc, cuốc, xẻng, búa nhiều hơn cầm súng. Chúng rất trẻ, chúng đồng phục, rực khí thế một bầy đàn điên, đang say sưa hò hét.

- Pol Prum, Pol Prum.

**

Không còn đèn đường. Không bưu điện. Không trường học. Không chợ búa. Không cả trạm xá, nhà thương. Tất cả vì một lệnh cấm. Cấm. Ở đây không có nghĩa là chỉ ngưng hoạt động một thời gian để chờ chính quyền mới cải tạo, đổi mới phương thức sinh hoạt. Chẳng phải vậy. Không hề có phục dựng. Đã rất xa lạ với ý niệm phục sinh. Xã hội mới không có/còn đơn vị người. Mỗi cá nhân là mỗi/một vật dụng, đơn vị vô danh trong tập thể, bầy đàn.

Không dùng tiền. Không có quyền trao đổi thư tín, dù thư tay. Không được tụ tập, thăm viếng. Dân chúng ai chỗ nào ở chỗ đó. Chờ đến lượt trẻ già nội ngoại, cả phụ nữ mang thai, người đang đau ốm, tàn tật, tất cả nhất tề phải bị cưỡng bức, bị bắt buộc rời khỏi thành phố.

Không có tiếp tế thức ăn nước uống. Không hề có một đoàn y tế để chăm sóc biển người bụi, máu, mồ hôi. Nếu có ai không may chết bịnh chết khát trên đường di chuyển, dù xác được vùi tạm chỗ bờ ruộng, vẫn là một may mắn vì thân thể còn toàn vẹn. Tất cả là một biển kinh động, khích động, đè bẹp cả sự sợ hãi thường tình. Không ai được mang giày dép. Không được tâm sự, than vãn. Không tất cả. Trừ mỗi một việc, mọi người phải gắng giữ nhịp thở để mong cái chết đến chậm hơn, nếu thần chết lười biếng muốn đến chậm.

Đây là thời kỳ *"Lọc máu nhân dân"* của thần chiến thắng. Bọn người cũ, kẻ chiến bại, phải tuyệt đối đi về phía tương lai ma.

Thạch Sum bị trói chân, ngồi trên nền cỏ. Pol Prum ngồi cạnh, thoải mái hơn.

- Cho một viên đạn, Pol.

- Đã có cái búa. Thạch Sum, bạn thấy không, bọn ngoài kia, bọn thiếu niên ấy, chúng vừa hát vừa dùng cả lưỡi cuốc vào đầu người.

- Mình cần một cái chết, nhưng không nửa chừng, dần dai, rên rỉ cùng vết thường.

- Cũng nhanh thôi.

- Pol, là bạn, ta năn nỉ. Hãy bắn ngay vào đầu hoặc ngay chỗ ngực trái này. Sẽ không tốn viên đạn thứ hai.

Giờ chung quyết. thần Đêm lên tiếng hát. Âm vang màu đỏ máu, phả sức nóng căm thù, và bốc sặc sựa mùi quốc tế anh em. Hát tụng để "hóa vàng" cho hơn hai triệu linh hồn.

Tổ quốc hôm nay đang bị cắt gân chỗ nhượng chân.

Cái chết ở đầu kia hay phía này? Tới từ trước mặt hay từ sau lưng? Nó không phương hướng. Không là trên hay dưới. Trong hay ngoài. Không dành riêng cho kẻ có tội hay không tội. Chết tất.

Cái chết đi từ trong lịch sử đi ra.
Đi ra từ Cửa Mình Mẹ.

Một bọn cùng bào thai. Bao la. Không miễn trừ. Tử thần khá rộng lòng. Nhận cả tiếng khóc em bé sơ sinh bị lưỡi búa làm vỡ một mảng đầu. Nhận cả những hình nhân vốn đã tàn tật vì trận mạc trước đó, nhưng không may giờ này, hôm nay, đứng vào danh sách *"Hôm qua mày từng là kẻ thù"*.

Đã có một bản án chung. Chỉ gỏn lọn trong một câu chữ: *"Nếu không là Ta, tất cả không có quyền sống"*.

Phán quyết này được thu âm bằng cốt mìn.
Là trái phá đã cho vào nòng đại pháo.

Đọc ra từ khói súng, từ cái ký hiệu lưỡi liềm, xà beng, gậy sắt, cuốc, dây treo cổ.
"Thạch Sum! Hãy ngẩng đầu. Và nhớ đi!"

Không ai còn đầu óc nhớ một giọt quá khứ, dù là giọt sương vừa sớm nay. Có nghe tiếng gió từ Kinh đô đưa lại, cũng chỉ là dòng tin đặc biệt từ Thần Chết.

**

Kách mệnh đã về. Hồng binh đã tự hội.

Kẻ thù của K. chỉ còn mỗi điều kiện: "Nếu sống sót, là sống một mắt. *Con mắt kia tự móc ra để trả nợ quá khứ*".

Đâu riêng một cá nhân bị chặt bằm. Đâu chỉ bằm cái máu thịt. Mà tất cả những gì dính dấp tới cái xã hội hôm qua, là tổng thể Cộng Hòa, vật thể hay phi vật thể, ngay hôm nay, dưới chế độ của K, tất thảy phải mang án tử.

Cái dáng đứng, làn điệu, màu sắc, âm vang, có hơi thở mang nội dung, hơi hám thế giới cũ? Là tử hình. Tượng Phật? tử hình. Thánh giá? tử hình. Chữ nghĩa tổ tiên? Án tử. Bàn ghế cô giáo ngồi giảng bài đều nằm trong danh sách dọc dài, vô tận mọi thứ chờ hủy diệt. Phải đốt cho sạch. Phải đập cho tan. *Dùng máu người thay cho những vòi nước xịt rửa.*

Một gã mù, trong ngày điêu linh, có thể ca lời sấm truyền:

"Một dân tộc anh hùng là một dân tộc *trong ngoài in máu*".

"Biết cách dùng máu" hay *"Sai lầm từ máu"* đều anh hùng.

Tượng đài vĩ nhân anh hùng không nhất thiết sơn phết bằng máu sạch.

- Pol, hãy bắn tớ đi.

- Thạch Sum, nhìn bọn nhỏ ngoài kia kìa.

- Bọn thiếu niên ấy à, bọn giết người không gây tiếng nổ ấy à.

- Đúng. Nhưng có nạn nhân nào giãy giụa lâu dài đâu. Đã ướt đỏ một cánh đồng.

- Xa quá, mà trăng mờ quá.

Xã hội hôm qua, cộng đồng Cộng Hòa là ai? Cái gì? Từ đâu? Kẻ thù? Là chỉ riêng con người hay cả vật dụng từng được con người sử dụng? Chỉ loại hai chân có máu trong châu thân hay cả chim chóc chó mèo, vườn tược cây trái, cuốn sách, quả chuông, cây thánh giá kèm theo đều mang tội?

Có phải đào bới cả hài cốt thù địch đã an phận im lìm xương khô nơi nghĩa trang? Là cái rễ cây trót bón phân tư sản cắm sâu trong đất? Hay cái vừng hào quang bay lơ lửng trong những cơn mơ nghệ thuật giàu sáng tạo nơi các nghệ sĩ Cộng Hòa? Ôi, là danh sách đen, tất cả những gì đã dính vào số phận thù nghịch, hữu lẫn vô hình, cái đã thăng hoa như thần linh trong miếu đền.

Lịch sử cần bôi đen, tẩy xóa, dài vô tận. Là tất cả những gì thấm đậm tính nhân văn, đã cùng dưới một trời, hòa một cơn mưa, cùng đêm tối một thời đã qua. Cả những trang sách có hàng chữ tự do, cái bảng đường chỉ tên danh nhân anh hùng nơi góc phố, của một lịch sử quen thuộc nằm sâu trong tâm thức giống nòi… Là thiêu hủy bài sớ tụng chỗ nhà thờ, đập bỏ cái áng thư, ấn tín; dùng cái búa hỏi thăm con chó ngoan trong biệt thự, cái búa chào bức tranh, chào cái bình cổ, chiếc ghế thiếp vàng, cây đàn piano... Con sáo đẹp đẽ đang nhảy nhót trong lồng ư? Mày cũng là di sản cần tiêu triệt. Mày đã dính cái mùi Cộng Hòa.

"Kách mệnh"

Hãy thay mặt, hãy đứng lên như một Thiêng liêng mới. Là treo cổ "lịch sử". Bằm, chặt, nã đại bác vào nguồn cội gọi rằng nền văn hiến. Phải giết, đốt, quét sạch. Làm mới. *Phải ươm lại cái vườn cây con giống nòi, dù chỉ rặt một loại cây rặt một loài hoa, cho mai sau.*

II.

Sĩ quan Pol Prum không mang quân hàm trên cầu vai. Thắt lưng đeo một khẩu súng sáu sản xuất từ Trung Quốc. Tay cầm một cái búa, vừa đủ đập toác óc một đầu người vạm vỡ.

Thạch Sum, một sĩ quan chiến bại. Da ngăm đen, khuôn mặt cương nghị. Khi hãy còn chỉ huy ngoài mặt trận vào những ngày cuối cuộc chiến dai dẳng, Thạch Sum đã biết rõ cái chung cuộc này.

Pol Prum lấy gói thuốc lá. Rút ra một điếu, bẻ làm đôi, trao cho Thạch Sum nửa kia. Châm lửa mồi thuốc cho người bạn cũ, Pol nói:

- Làn khói vĩnh biệt. Thạch Sum ạ, thắng bại nhục vinh chỉ kết thúc bởi làn khói nhẹ thoảng của nửa điếu thuốc này.

Có một vài tiếng nổ lớn trong nội ô vọng lại. Thạch Sum nói nhỏ:

- Hãy còn tiếng nổ kia mà. Sao không dùng tiếng nổ cho tôi?

Pol giảng giải:

- Đó là tiếng nổ hòa bình.

Lại có những đám cháy hừng lên xa xa, Thạch Sum phân vân hỏi:

- Hình như một phần kinh thành đang bị hủy diệt?

- Không phải. Đó là vừng hồng chủ nghĩa.

Thạch Sum hít một hơi thuốc cuối, ngọn lửa rực tận môi. Anh ngậm khói thuốc trong miệng, và nuốt luôn cái khét đắng xuống cần cổ.

Pol Prum sờ cái búa.

Thạch Sum hỏi:

- Những năm đào thoát, vào vùng bí mật, Pol làm những gì?

- Tôi thực hiện lý tưởng.

Pol lại hỏi:

- Vậy những năm ở lại, trong cái mà anh gọi là thủ đô này, Thạch Sum đã làm những gì?

- Tôi bảo vệ lý tưởng.

- Lý tưởng gì?

- Bảo vệ tự do, quyền làm người.

Dưới ánh trăng, đó đây những bóng buồn cây thốt nốt. Những bóng đen lẻ loi trong trời vàng.

Cũng như cây tre ở Việt Nam, thốt nốt là hình

ảnh một biểu trưng quê nhà. Cây tre luôn sống chung thành hàng thành lũy. Thốt nốt đứng riêng, lẻ, chơ vơ trong nắng, hiu hiu giữa đồng không mông quạnh.

Trong bóng vàng dằng dặc của hàng cây xa chừng có những hang động mở đường vào quá khứ. Thạch Sum nghe cay đắng một nỗi buồn. Những ngày qua, những năm tháng qua, cái hiện thực thơ ngây thời thơ ấu cùng Pol, hóa bay lơ lửng. Như không có/rõ thật. Như chìm tan trong bóng cây tối hoang đầu kia. Là chạy suốt tiếng mưa hoang mị dai dẳng trong u uất của hôm nay.

Thạch Sum nói mơ màng:

- Pol còn nhớ ngôi trường tiểu học của chúng mình. Hồi ấy mùa nước lên nước tràn vào tận chân bàn học. Mặt hồ trở nên rộng hơn. Chim trời bay nhiều. Và mây rất xám.

- Ôi cái hồ ấy à, nó là một cái biển. Một biển cá. Nhưng bọn tư sản vơ vét hết. Bọn ngư dân vẫn muôn đời nghèo khó.

- Mình nhắc Pol về ngôi trường kỷ niệm kia mà.

- À, ngôi trường. Nó là kỷ niệm hạnh phúc đối với cậu. Còn Pol này thì đó là nơi dạy mình biết nỗi nhục, cái thiệt thòi, dở dang của một đứa con nhà bần nông.

- Hằng ngày Pol vẫn về ở nhà mình, mẹ mình vẫn cho Pol cơm ăn, áo mặc. Có đêm lạnh Pol ngủ chung giường mền với mình mà.

Pol thở ra. Pol nói:

- Quả có như thế. Cha mình cày thuê cho gia đình cậu. Mẹ mình đi cấy thuê. Chị mình giữ em, dọn nhà, giặt giũ. Nói chung là cả nhà mình làm đầy tớ cho cha mẹ anh em nhà cậu. Một dạng đầy tớ truyền kiếp có từ thời ông nội của mình. Một sợi dây vừa thân thiết vùa đắng cay, giữa giai cấp địa chủ phú nông với bọn người cùng đinh khố rách.

Bầu trời bỗng mờ tối. Hoang đường. Có thể cánh đồng hòa máu, tiếng hát hò, tiếng gào thét của bọn trẻ dưới kia, làm bầu trời mỏi mệt, ánh trăng co thắt lại. Cái trăng khô teo. Và mây mù minh mang ra.

**

Trong ánh vàng run rẩy, có ai xa thổi kèn.

Tiếng khẩu cầm, bài *Chào tạm biệt.*
Tiếng kèn vừa lơ lửng thì im bặt.
Hình như có tiếng búa đập vào tiếng kèn.
Tiếng kèn đổ máu.

**

Lại có tiếng hát.

Rồi lời ca bị tắt bất ngờ.
Những âm cuối cao lên, vỡ òa.
Đẩy ra trong cái tối mông muội một đường bay.
Cái âm thanh chết non ấy.

Pol Prum than phiền:

- Giọng hát ma trơi. Tiếng kèn tư sản. Sao là bài ca *Tạm biệt?* Bọn Cộng Hòa ngày ngày mong quay lại đất nước này lần nữa sao.

Thạch Sum nở một nụ cười. Với anh, lời tạm biệt trong tiếng hát này luôn vang lên xưa kia trong lớp học, giữa sân trường, vào cuối mỗi năm học. Mùa hè, hoa phượng rực đỏ, bạn bè cùng lớp chia tay nhau. Năm học sau, có thể còn gặp lại, có thể xa nhau, có đứa bỏ trường, vào đời sớm. Bây giờ tiếng kèn khuya này tạm biệt một ngăn hộc lịch sử. Lịch sử chỉ tạm nghỉ hè. Nền Cộng hòa đâu dễ bị tiêu vong. Nhưng trong đêm ác mộng này, tiếng kèn mang màu sắc khác hơn. Nó lạnh cái lạnh cuối mùa. Màu hung hiểm, của mùi phi nhân nghĩa, cuộc thay áo Đông Dương 1975. Âm vang nó bay xa, cáo chung mùa hạnh phúc, và khởi đầu một màu đen tương phùng cùng tuyệt vọng, trong bất hạnh hòa bình.

Pol mở bi đông nước. Uống một ngụm. Rồi rót ra trên cái nắp bi đông một ít nước trao cho Thạch Sum.

Pol nói:

- Chúng ta không giết nhau vì những vụn vặt của thù hận riêng tư.

- Nhưng thù hận vẫn là một nội dung của động lực trả thù và thanh toán những dấu vết, Pol à.

- Không phải. Chúng ta một mất một còn vì cái lớn lao hơn. Vì sao Thạch Sum biết không? Vì tôi khác anh, anh chỉ có gót giày của đế quốc, tôi có lãnh tụ và lý tưởng.

Thạch Sum vẫn giữ nụ cười, nhưng mỉa mai hơn:

- Vậy thì ngay giờ đây Pol hãy nhân danh lý tưởng của Pol, và xin phép lãnh tụ của *Những-Pol…*

- Để làm gì?

- Để hân hoan ban thí cho những đồng bào đang bị các anh đọa đày nơi bãi rộng kia với cuốc búa xẻng bằng những tràng đại liên. Hãy kết thúc nhanh gọn, bớt đau đớn hơn. Hãy học cách giết người của bọn phát xít Đức. Hơi ngạt của bọn chúng vẫn là nhân đạo hơn búa với liềm, dao mác, cán cuốc...

Pol sờ cái búa. Nói tiếp:

- Bạn thân thiết ạ, bạn cần nói lời cuối cùng không?

Thạch Sum giọng trở nên rắn rỏi:

- Tương lai sẽ nói hộ tôi.

Pol cười lớn:

- Thời gian không mang một tội lỗi nào. Tương lai hay quá khứ chỉ là cách đi tới hay bước lui của tự nhiên, là bất khả từ đối với con người. Chỉ có chúng ta tạo ra những gì gọi là nội dung nhân văn cho tháng ngày mà thôi.

- Vẫn cứ là một quỷ biện.

- Thạch Sum ạ, nếu ngay hôm nay Thạch Sum là kẻ chiến thắng thì bây giờ anh cầm cái búa, còn đôi chân của Pol này lại sẽ bị cột, còng thế chỗ

Thạch Sum, thế thôi. Biết đâu khi Thạch Sum thắng trận, tình thế lại rối rắm hơn. Dù sao chúng tôi cũng rành mạch sòng phẳng hơn các anh. Là chúng tôi giết sạch đốt sạch, phá hủy tất. Không nhì nhằng. Chúng tôi có thể nhầm lẫn, nhưng là những nhầm lẫn cần thiết, những yêu cầu có chủ trương, đúng quy luật tiến hóa.

Thạch Sum sờ cái ót.

III.

Cái mô đất trăng tháng Tư hai người bạn cùng ngồi xưa kia, nay hãy còn. Đất đai có tính vĩnh cửu. Cỏ trên đồi xanh lại như hằng xanh. Nước mặt hồ trải rộng ra tận những hàng cây rậm bóng. Người thả lưới chài, hôm nay phải bàng hoàng, nghe trong tiếng sóng mềm. Rằng, một thời thịt da anh em đã có trong bụng cá trong hồ.

Trong tiếng hát thanh bình, người cày ruộng để lên mùa phải cẩn thận lắm. Phải chậm chạp, vì thương những chiếc đầu lâu có khi vướng vào cái lưỡi cày.

Có con trâu dừng lại. Bên bàn chân nó dẫm, phòi ra mặt nước một khuôn xương mặt người.

Một khuôn mặt cười đã cũ.

Một cái đầu không tóc, xám màu xương. Một đôi mắt quá khứ nhìn sâu thẳm. Không có tròng trắng lòng đen. Một khoảng trống tối om. Nước và gió lùa ọc ọc, từ mi mắt vào tận trong óc rỗng.

Dĩ vãng cất tiếng nói, từ ruộng đồng, nơi những nụ hoa trên đồi nương, trên con đường trong thành đô. Rất im lìm trong mưa và trăng. Rất âm u những hồn oan trở lại.

Đã một thời, như đoàn quân chiến thắng từ rừng núi trở lại, đàn lũ gia đình họ chuột từ hầm cống chui lên. Chúng phong tỏa dọc ngang, nhởn nhơ vui vầy đàn lũ. Đầy những thực phẩm trần gian bỏ lại trong khắp phố phường vắng bóng người. *Bọn chuột chù chuột nhũi từ bỏ cống rãnh. Bỏ những địa đạo hào sâu trong lòng đất. Chúng u mê hoan lạc ngay nơi những sảnh đường thiêng liêng.*

Chúng không hề phân biệt được ánh sáng và bóng tối. Chúng hiểu Bóng tối chính là một dạng Ánh sáng khác.

Sống bao năm trong hào rãnh tối tăm với âm mưu lầy bùn, bây giờ đối diện mặt trời, trong một xứ sở mà con người, toàn bộ giá trị chân chính, suốt một dài lịch sử thanh sạch, đã bị chúng triệt-để-truy-diệt; vì chúng đã sẵn sàng chối từ ánh sáng.

Một thời, một kinh đô tử thi. Cỏ hoang dệt lưới tháng ngày. Lá khô hóa bùn trên mái. Trên trang kinh mờ chữ, bầy dơi thiêng Chùa-Tháp hơn một lần thương tích. Lời than van qua trái rụng. Rụng kinh nguyện. Đó là tiếng kêu của một quê hương Mất-bóng-người.

Có thể nào xóa sạch sự có mặt của một giống nòi, dù giống nòi ấy từng trầm mình trong điêu linh, dù quyền làm người bị tận diệt dưới búa liềm hay trong hơi ngạt.

Rồi Mẹ, Nguồn Sinh sống sót trở về.

Đứa em, đêm địa ngục trở về.

Em, trong đống người trăng đêm. Em nằm im, nằm yên dưới những thi thể còn hâm hẩm mùi người. *Em đang chịu một cơn mưa. Không phải những giọt trong lành từ trời cao. Ướt đẫm cả người em là cơn mưa đen đặc từ da thịt lớp lớp người tan nát đè trên em, trong cái hố chôn sống người. Cơn mưa loại O, loại A, B… Cơn mưa của bạch, hồng cầu. Và chính em uống cái nước mưa máu đỏ. Em liếm ác mộng trong cơn khát, sau nhiều giờ thiếu nước uống.*

Mẹ và em trở về.

Người cha tàn tật, bi tích một thời hiểm nguy trở về. Tổ quốc vừa bị cắt đứt một chân. Cha và quê nhà, mỗi bên mỗi đôi nạng.

Rất lâu về sau trong tiếng thở dài của tháng ngày, người ta gom nhặt đầu người trong gió hương thanh bình. Chi vậy? Đầu lâu trở lại vị tri đón khách trong cái tủ kính chỗ phòng trưng bày dành cho khách du lịch. Phnôm Pênh mơ màng.

Đương nhiên là ta chọn ra một ít đầu-lâu-đại-diện cho tập thể đầu lâu. Như ta chọn đại biểu đại diện nhân dân. Nhân dân, lớp tiền nhân này, tất thảy họ đang nằm trong *"Cái tủ kính trưng bày các loại đầu lâu"*. Thật đáng rùng mình. Dẫu sao, đứng nơi chốn này, giữa kinh đô một Vương quốc, chúng ta còn chút hoài niệm, thương yêu quá khứ, là câu hát tình người, lời thơ về Mẹ thiêng liêng...

Đầu lâu không nháy mắt, đầu lâu hóa thạch.

Phnôm Pênh, tháng Tư 2010

PHẬN NGƯỜI TRONG CÕI ẢO

"Là mộng mơ thôi, nhưng tình nhân trong giấc ngủ vẫn tràn lạc thú của nhục dục, bọn nam xuất tinh, bọn nữ âm binh quyến rũ kia hoài thai. Mỗi con ma trong mộng mang một bầu sinh linh từ một người đàn ông có thực".

I

Chùa Hải Tiên nằm trên một thửa đất cao, lưng chừng đồi. Từ cao nhìn xuống vực thấp, con tàu xuyên Việt mỗi chuyến đi về hú còi chạy phía dưới vườn chùa như chạy qua một đường hầm.Từ sân chùa nhìn ra xa bên dưới là một khu ngoại ô nhà

nhà mái thấp trong mỗi vườn cây xanh ngát, trông như một khu rừng.

Chủ chùa là một nữ tu, danh vị bá tánh thường gọi là Đạo Nữ. Ngoài năm mươi tuổi nàng vẫn còn nhan sắc, một vẻ đẹp bí ẩn, giọng nói ấm áp. Đặc biệt Đạo nữ có một đôi mắt khá quyến rũ, một bày lộ của u uẩn, đôi khi sáng hoắc uy quyền, ma mị.

Tuổi hai mươi, tôi theo học trường văn khoa, một thời gian dài tôi ở trong chùa này. Đấy là những tháng ngày mở đường cho tôi bước vào cái thế giới khác thường, một thử nghiệm, *"Một cộng với một không chắc là hai"*. Nghi vấn luôn bày ra giữa cái luôn được gọi là Sự thật.

Tôi dạy cho cô con gái của Đạo Nữ, không biết xưa kia nàng có con rồi mới đi tu, hay là vừa tu vừa có con. Nghề dạy kèm này gọi là gia sư, được trả một ít tiền, và ăn cơm chay trong chùa, thay trả tiền cơm tháng. Cô gái học trò của tôi đã mười sáu tuổi, rất xinh đẹp, nhưng học khá dốt nên phải cần người dạy kèm. Trời lấy đi cái này bù cho cái nọ, em tính tình hiền hòa, ăn nói nhẹ nhàng, có một giọng hát rất tuyệt, về sau em là một ca sĩ phòng trà, không nổi tiếng lắm, nhưng tình ái thì nhiều, đủ gây phiền muộn cho một đời giai nhân.

Ở dài lâu trong chùa, tôi biết Phật hiền hòa và bọn ma quỷ cũng khá lém lỉnh. Phật một vị trên tòa tháp, vẫn nụ cười muôn thuở ấy, nhưng ma quỷ thì nghìn phần xanh lục, linh động biến hóa khôn lường.

Cái nghi ngút làm biến đổi Hải Tiên, vì chùa này thực ra là một bệnh viện, chuyên chữa trị các con bệnh tâm thần.

Cách trị bệnh điên của Đạo Nữ khá lạ lùng. Mỗi ngày các bệnh nhân phải đến hầu Đạo Nữ. Đạo Nữ ngồi gọn trên một cái bàn cao, áo cà sa, đầu đội khăn vải. Lúc tụng nam mô kinh Phật, lời kinh có pha chế thêm những lời bùa chú là sáng tác của riêng cô.

Đạo phòng rộng thênh. Bàn thờ to lớn ở chính điện. Sáu bàn thờ nhỏ hơn nằm dọc theo hai bên tả hữu. Luôn nghi ngút hương khói, đèn màu, nhiều hoa quả, bánh trái. Nơi chính điện ngoài tượng Thích ca, chư Phật, có tranh, tượng các thánh, thần, đạo sĩ, cả Lão Tử, Bồ-đề Đạt-ma. Những hàng giá gỗ rực màu đỏ thiếp vàng là những đao kiếm, phương trượng. Từ cao lưng chừng dọc theo cột nhà, những phướn vải lụa vàng hàng chữ nho, buông rũ. Toàn cảnh, một đa nguyên tín ngưỡng, tạp lục.

Nơi hậu điện, một bức truyền thần to lớn chân dung một phụ nữ. Đạo Nữ bảo đó là Nữ Thánh Cứu rỗi. Nhờ tánh linh thần thông của "Nàng thánh", Đạo Nữ chữa lành bá bệnh. Thoạt nhìn, nhân diện của Nàng Thánh Cứu rỗi chính là chân dung Đạo Nữ. Mái tóc, vừng trán, mặt mũi sao y. Chỉ ma my hơn, qua bút vẽ tô điểm. Đầu vương miện, rườm rà hoa văn màu sắc. Da trắng ngà, tóc đen, lông mày liễu, khuôn mặt thanh tú mang hơi hám tà ma, trán cao môi mỏng, đôi mắt sắc dài, trong lòng mắt như có bùa mê phát sáng.

Một bàn thờ to rộng, trước chân dung Nàng Thánh luôn đầy hoa trái tươi màu. Lại bày thêm cho Thánh những hộp lọ mỹ phẩm, đồ trang sức, nước hoa loại hảo hạng. Đạo Nữ giải thích, "Có lúc khuya khoắt Nàng Thánh về trang điểm".

Lạ lùng, một hàng dài hai bên bức truyền thần có mười tám bức tượng hình những búp bê dị dạng nhiều màu sắc. Đạo Nữ giảng giải:

"Bọn này không phải thập bát La hán mà là thập bát Hài nhi. Là con cái từ Cõi âm hiện hình, một hình thức cô hồn hạng nhẹ, có thể một mai hóa ra thánh thần. Nhưng khi chưa hiển thánh hóa thần chúng còn dạng quỷ nên quấy phá dữ lắm."

Đạo Nữ thay mặt Nữ Thánh Cứu rỗi để trị bệnh, ban ân cho thế gian. Được vậy, là qua cái cách hiển linh khi Nữ Thánh nhập hồn vào xác Đạo Nữ.

Thường mỗi ngày Đạo Nữ được nhập hồn một vài lần. Mỗi lần lên đồng như thế gọi là "ngự", dù cái từ "ngự" chỉ được dùng riêng cho nhà vua trước đây. Bến nước vua từng đến là Bến Ngự. Món ăn được dâng cho vua nếm qua là món ngự, chuối ngự, khoai ngự. Dân chúng bị oan ức, chờ lúc vua thân chinh ra ngoài, cả thảy quỳ bên lề đường kêu oan, gọi là "Quỳ giá ngự".

Mỗi lần Đạo Nữ ngự, mọi con bệnh cùng thân nhân răm rắp chắp tay cúi đầu hướng về. Đạo Nữ đi từ chính điện tụng vái, ra hậu điện, ra vườn đi quanh quất, tay chân vung vẫy múa may, tất cả con bệnh cùng tín hữu đều phải đàn lũ theo sau.

Đạo hữu theo cầu Đạo Nữ thường là một lũ bệnh điên. Đa phần là con nhà giàu có, việc đóng góp tiền của cho nhà chùa là rất hậu hĩnh. Tiểu sử của Đạo Nữ khá nhiều bí ẩn, cách tu hành lạ lùng, phong thái kẻ tu hành nửa ma nửa Phật, tỉnh tỉnh mơ mơ, cũng là đặc điểm quyến rũ bá tánh hiếu kỳ. Cái khuôn phép, cái khuôn vàng thước ngọc lắm khi làm con người chán nản, muốn phá bỏ, vượt ngoài. Là tìm tới cái lạ, chỗ ma ám quỷ hiện hình.

Một đôi lần Đạo Nữ bị nạn. Con bệnh điên trở chứng thường tấn công bất ngờ. Cả việc dùng dây thừng tròng qua siết cổ. Đạo Nữ chế ngự đám đông bằng cách tự biện khá hoang đường:

"Nó tròng dây qua cổ Ta siết mạnh như vậy không phải cố ý giết Ta đâu. Chính 'nó' đưa Ta một giây phút tới gặp Nữ Thánh Cứu rỗi. Nó siết cổ ta là do ân ý sai bảo của Nữ Thánh để Ta có dịp tự thức mà hướng về thánh linh."

Đám đông thường tin lời Đạo Nữ, một niềm tin rặt màu tôn giáo, thuần phục của tín đồ, khi được ban phúc lành.

II

Một hôm một nhà giàu đưa con trai mình tới Đạo Nữ nhờ chữa bệnh. Anh trai trẻ này có cách nói năng lạc đề rất... triết học.

Vừa bước vào chùa, nhìn mọi người, Nguyền ngập ngừng ngưỡng cửa, nói lơ mơ:

- *Đây đâu phải là nhà của ta. Chừng như đây cái chuồng ngựa vắng ngựa. Phải tầm cho ra bầy ngựa thất lạc. Cứ theo tiếng thở mà tìm. Ngựa không nói.*

Nguyền nhìn Đạo Nữ, nói trống:

- *Rồi bầy ngựa cũng trở về. Nơi trở về là trận mạc. Em đang mất một cái đầu cho cuộc tìm kiếm.*

Đạo Nữ định bệnh của Nguyền:

- Thằng người này đang bị lũ con cái ở cõi âm quậy phá rồi. Một kẻ dâm giao với bọn tiên nữ trong những cơn mơ. Gọi là tiên, nhưng bọn này là bọn con gái yêu kiều từ thiên giới đang bị đày xuống hạ giới chịu tội. Chúng dâm ô khôn lường. Đậm đà quyến rũ tới đỉnh.

Lại giải thích với đám tín hữu đang ngơ ngác chung quanh:

"Con cái trong cõi âm là lũ con chẳng đứa nào có được một cái giấy khai sinh, một chiếc nôi nằm, chẳng nghe được một lời ru, chưa từng ngậm vú mẹ.

"Chúng được đầu thai từ trong các cơn mộng mị của bọn đàn ông lẫn lũ nữ nhân đa tình kia.

Trong giấc ngủ đêm khuya khoắt, nhất là những đêm trăng huyền rỡ khơi gợi dục tình, bọn gái trong cõi âm hiện ra. Bọn tóc dài này chỉ là hư ảnh nhưng có thể gần gũi tỏa nhiệt dục. Chúng hâm nóng nhau bằng máu xương ảo, lên cơn thèm muốn, mơn trớn, hôn hít, giao cấu thỏa thích với nhau.

"Là mộng mơ thôi, nhưng tình nhân trong giấc ngủ vẫn tràn lạc thú của nhục dục, bọn nam xuất tinh, bọn nữ âm binh quyền rũ kia hoài thai. Mỗi con ma trong mộng mang một bầu sinh linh từ một người đàn ông có thực.

"Các mụ bà trợ gíúp việc sinh nở những hài nhi có hồn ma không có máu xương này là bọn gió, mây, có khi là sấm sét, mưa bão, tùy vào hiền dữ, màu sắc đắm say lúc cơn mộng ôm ấp diễn ra.

"A di đà Phật, lũ hài nhi từ cõi âm, bọn nổi trôi trong tinh khí điệp trùng bóng tối kia, bọn miên man thác đổ ái ân, đứa màu tím màu lục, thằng Đỏ con Vàng. Chúng không là con của quỷ dữ, cùng là con của ân ái thôi, là giao hợp giữa siêu hình với trừu tượng.

"Lũ này chẳng tới được thiên đường chẳng về địa phủ mà trôi hoang trong man mác hư ảo. Chúng đi gió về mây. Là tựu dựng từ những giao hoan ngoài vòng ý thức lúc mê muội giấc ngủ. Chúng có nỗi oan riêng, nên 'cây oan' xanh tốt như rú rừng, chẳng khác chi rừng biển oan khiên mà phận ngươi lầm than đương chịu trên chốn thế gian đang nương náu này... nam mô a di đà Phật."

Đạo Nữ nhìn chú mục người mẹ của Nguyễn đang đau khổ khấn vái, nói mơ hồ, lời gió rao:

"Con trai của tín chủ trước kia là gã đa tình, nhiều mộng mị về đêm. Bọn nữ âm binh o bế thằng Nguyễn này như bọn nữ bia ôm phủ dụ. Bọn tiên nữ đậm đà rất mực duyên dáng bị thiên đình đày xuống cõi gian trần, chúng buồn phiền đi làm gái ôm ráo. Đó mới là đặc trưng tuyệt diệt, là hoàn hảo của một trần gian đọa đày.

"Này, thằng Nguyễn đang đứng đây, bóng mặt trời chói chang ngoài kia, kìa cái bóng mây chập chùng đang kéo qua sân chùa, lúc này ư, Nguyễn đang trả nợ. Món nợ âm binh. Bọn hài nhi kết thai từ mộng ảo lênh đênh kia đang hiện về. Ta thấy chúng thấp thoáng đó đây qua ánh đèn giữa làn khói hương, cõi thinh không rùng rợn hoang rỗng. Kia kìa, cha ơi chúng rách rưới, còm nhom, chắc là bị quan nhân chốn lưu đày bóc lột, bỏ đói. Đến cái phận người trong Cõi Ảo cũng hắt hiu hăm dọa, bị đọa nguyền thất lạc".

III

Nguyễn đang trong một cái chuồng. Thế giới của chàng bỗng dưng là một cái chuồng.

Nền láng xi măng, mái lợp tôn ít truyền nhiệt, gọi là tôn mát. Mặt chuồng nhìn ra khoảng sân rộng để giao tiếp với người bên ngoài có đóng song sắt ca rô. Một cửa sắt mở ra vào. Ba mặt kia tường tô vôi. Cửa sắt luôn được khóa kỹ lưỡng bên ngoài. Nguyễn bên trong không thể tự mở. Phần nền cao người mẹ trải một tấm chiếu hoa trên nền xi măng. Tấm đệm mút làm chỗ nằm, một tấm chăn dày phòng đêm gió mưa, một chăn mỏng, một cái gối thêu hoa đẹp đẽ.

Từ trong chuồng Nguyễn có thể nhìn ra khoảng sân rộng trước mặt chùa đầy bóng cây. Một hồ nước lớn giữa hồ có nhất trụ, đỉnh trụ có bánh xe luân hồi.

Tôi làm gia sư trong chùa, ngoài cô con gái cưng rất xinh đẹp của Đạo Nữ, còn có một thanh niên tên Huề. Anh này tu ăn chay trường, ghi tên học ban triết trường Văn khoa, học hành rất thông minh, một giọng tụng kinh ngân nga ngọt ngào. Huề rất ưa thích tính cách điên của Nguyễn. Cách phát ngôn lạ lẫm, ý tứ kỳ quặc của Nguyễn, anh cho rằng kẻ điên này là một triết gia. Nguyễn lại rất thích tôi. Tạo ra cuộc hội ngộ tàng tàng giữa ba "đứa" chúng tôi.

Vườn chùa tịch mịch. Đêm trăng sáng. Sân vườn chùa đầy bóng cây. Trải một chiếc chiếu trên nền sân xi măng trước cửa chuồng Nguyễn. Uống trà, tâm sự thấp cao ngang dọc sự đời, là tửa tựa ba triết gia giả cầy.

Một đêm, tôi với Huề bên ngoài. Thấy trên chiếu có nước trà, mấy trái chuối, Nguyễn trong chuồng hỏi ra:

- Uống trà mà ăn chuối hả?

Huề bảo:

-Vậy phải ăn cái gì?

Nguyễn:

- Tụi bây có thượng đế không?

Tôi:

- Có, không? Sao phải hỏi?

Nguyễn:

- F. Nietzsche đã nói.

Huề:

- Thượng đế chưa chết đâu.

Nguyễn:

- Ít ra là trong cái đầu của chúng mày.

Trăng đang vô một chùm mây. Nguyễn bất ngờ hỏi:

- Sao chúng mày không vô rừng, vào bưng?

Tôi kinh ngạc:

- Mê K. Marx đến thế ư?

Nguyễn lơ mơ:

- Đừng nhầm tưởng bọn trong rừng theo Marx. Chúng phản bội Marx.

Trăng ra ngoài mây. Trăng sáng rỡ, chứng minh điều tôi hiểu, *"Nguyễn không hề điên chút nào"*

Huề nói nhỏ với tôi như một lời than thầm:

- *Vậy Nguyễn với Đạo Nữ ai điên ai tỉnh. Ai là kẻ chữa bệnh cho ai.*

Nghe được, Nguyễn mắng:

- Tao cũng có một cái linh hồn. Tao chịu lấy, dù cái linh hồn tao chẳng thấy đâu. Tao phải tôn thờ cái Tao-chẳng-thấy-đâu.

Nguyễn rên rỉ:

- Trăng tàn gió tàn mây khuya lụn tàn. Anh kìa, cho em một nhánh lá em đuổi muỗi. Đó, em thấy chưa, xưa kia ta không nắm tay em đâu cứu em khỏi cảnh trôi chìm giữa dòng sông nước. Chuyện xưa cũ rồi. Thôi mình đi đi, để ta một mình suy gẫm lai rai. Cảm ơn con nước nguồn đã tha chết cho nhau".

IV

Một cư xử lạ lùng. Người ta đã chia một phần cái chuồng rộng rãi của Nguyễn để nhốt vào đó một con gấu. Có rào sắt ngăn cách. Người với vật.

Vì sao những vội vàng tan tác, những chia ly ngậm ngùi lại hỗn độn bày ra giữa chúng tôi? Cuối bãi tức tốc bày ra đầu nguồn? Nguyễn không lành bệnh. Một đêm, cái xác buồn phiền của anh, một Cõi-Nằm chẳng mấy thong dong trên chiếc chiếu hoa, lúc trăng tà xuyên chút ánh sáng ma hoang trên vạt áo nâu sòng.

Tôi đã rời Hải Tiên. Một con tàu xuôi vào Nam mang theo em. Em bỏ học, rời chùa, bỏ Đạo Nữ, mỗi đêm em hát, ánh đèn màu. Huệ bỏ đạo, một đại đức cưới vợ, sinh con.

Cũng đã quá lâu tôi không có dịp trở lại. Thời gian trong tôi chín vàng, đã mềm nhũn bên trong, khác chi trái chín cây lâu ngày. Tôi nhớ Nguyền và buồn khôn xiết, vì tôi cùng ở chung với Nguyền chùa Hải Tiên, cùng nhau bao kỷ niệm.

Trong cái thiu ung của tháng ngày nỗi buồn của tôi rộng ra, dị dạng, vì nỗi hồ nghi, vừa âm u vừa đau đớn từ đêm trăng ấy. Cho tới nay tôi vẫn không tin, rằng, *"Cái xác người trong chuồng gấu là của Nguyền? Hay là xác con gấu đã chết trong chuồng? Con gấu chết hóa ra xác của Nguyền? Hay Nguyền đang còn sống trong chuồng mang hình con gấu?"*

Tôi đau đớn lắm, *"Có thể nào một con vật đã mang hồn đi, và một con người trở lại không một linh hồn"*.

Hai gã đàn ông lực lưỡng đưa con gấu từ trong chuồng vào một cái cũi sắt, xe chở tới nhà một vị dân biểu. Đạo Nữ cúng dường con gấu làm quà. Tôi nghe mơ hồ có tiếng rên rỉ của Nguyền trong cũi sắt. Một con gấu màu đen có đôi mắt của Nguyền. Tôi la hoảng:

- Nhầm lẫn, nhầm lẫn quá rồi, sao các người đưa Nguyền đi làm quà tặng, bỏ con gấu ở lại trong chuồng.

Chính tôi thấy Nguyền ốm o mặc áo nâu sòng da dẻ xanh xao được bắt ra, nhốt trong cũi, đưa lên xe, sớm mai chở đi.

Mọi người nhìn tôi kinh ngạc, nghĩ thằng này điên. Tôi đau lắm. *Nhiều lần trong đêm khuya tôi thấy một lúc hai con gấu, một lúc khác là hai Nguyền trong chuồng. Dần dà, tôi rối rắm chẳng nhận ra đâu là Nguyền đâu là gấu.*

Gia đình khóc than bên thi hài Nguyền tôi thấy mọi người khóc bên một con gấu đã chết. Con gấu trong chuồng nhà ông dân biểu, quan khách đến thăm viếng chính là Nguyền.

Tôi vẫn mong cha mẹ Nguyền đã chôn một con gấu với đầy đủ lòng thương xót, và Nguyền hôm nay còn bị giam nhốt đâu đó trong một cái cũi sắt.

Bồ Đề cốc, Midway 9-2020.

Những ngày nhớ Chuồng

CHỖ TREO LINH HỒN

1

Nhà cô Thiền Pha nằm trên một đường phố trung tâm. Thành phố của miền Nam. Gọi đó là đô thị lớn nhất nước cũng không sai. Nó đang thời phát triển, cũng là một đương thời bát ngát, loạn xạ ngầu những điều mới cũ chưa rạch ròi.

Những đêm buồn buồn, ngồi ở ban công trước hiên nhà, cô Thiền Pha có thể thấy trăng về khuya, lúc sắp tàn cuối đường phố. Nó xuống dần giữa khoảng trống hai tháp nhà cao tầng. Trăng như đi vào một con hẻm đầy ánh vàng. Mở cửa, trăng có thể bước vào một nhà ai đó.

Thiền Pha có thể mơ mộng. Trời về đêm miền Nam rất hiếm sương mù, nhưng gặp đêm mù sương, cảnh trí như trong tranh thủy mặc.

Chợ Lớn ở cuối đầu kia. Đôi khi nghe tiếng trống múa lân thùng thùng.

2

Bốn năm trước, nhà cầm quyền thành phố có lệnh mở rộng con đường chạy qua trước nhà cô Thiền Pha. Mỗi hai bên đường nhà nhà phải đập bỏ phần trước, lui vào trong đúng ba mét.

Diện tích nhà bị đập bỏ để nhường đất làm đường được chính quyền đền bù bằng tiền. Giá cũng hời. Đất đá gạch vụn được bán xà bần. Tiền xà bần Thiền Pha mua được một đôi giày loại xịn và mấy ngày cùng cô em tám tuổi ăn kem thỏa chí. Cô em bảo, *Sao người không đập thêm vô, để có nhiều kem ly ăn dài dài.*

Nơi đây người ta mần cái gì cũng lâu lắc. Đào xới để mở rộng. Đào hố đặt hệ thống nước. Lấp lại xong. Lại bới lên, đào hào dọc cho hệ thống hệ thống điện. Lấp lại. láng nhựa. Hai tháng sau có toán người tới bới lên. Đào nữa, vì còn lắp đặt đường dây điện thoại.

Thời đại văn minh, tất cả những món lòng thòng ấy phải đặt ngầm trong lòng đất, như bên Tây bên Nhật. Không thể dây nhợ đan nhau tùm lum như mạng nhện trên đầu người. Có người đương đi lề đường, gặp lúc trời mưa to, gió giật, chùm dây đứt đoạn rơi xuống quấn vào người. Ác nhơn, đúng lúc nẹt điện, chết queo. Đen thui như cục than.

Sau cùng, là, láng nhựa, lát gạch vỉa hè, trồng lai rai cây xanh, rồi lễ ăn mừng Con Đường mới. Mần một bài tính cộng, thời gian cả thảy, hơn ba năm trời, cho/chỉ một cây số đường. Mô Phật, rồi cũng xong.

Những bụi bặm hít vô cái lỗ mũi bấy nay, ông già bà lão lâm bệnh, vụ này cho qua. Đề cập, lại có vấn đề.

3

Có một điều lạ. Con đường rộng hơn ra làm cho Thiền Pha cảm tưởng như nó thấp sũng xuống hơn xưa. Một cơn mưa bình thường con đường bị ngập hơn trước khi chưa mở đường.

Gặp trận mưa lớn, đại lộ trở thành một dòng sông. Sóng vỗ dập dìu vào trước cửa nhà mỗi lần xe cộ chạy qua. Bọn nhóc rất thích. Người lớn tuổi nhìn đường phố nhớ bến cũ người xưa, ấy là lúc, *Tôi đưa em sang sông/chiều xưa mưa rơi âm thầm.*

Giữa con sông phố, rất vui mắt, một hàng những cây trụ điện cũ trên lề đường hồi chưa mở rộng, nay vẫn còn đứng lây lất ngay giữa lòng con đường mới. Người ta chưa chịu bứng chúng đi. Một hàng ngơ ngác như một bọn cụt tay đang lội nước.

Cây trụ điện thì không có vui buồn như con người. Nhưng bọn chúng, tức là bọn trụ điện cũ nơi con đường mới, quả là nó lẻ loi.

Không hiểu ra làm sao, khi con đường làm xong, rất khang trang, người ta không đào bỏ hàng trụ điện trên lề đường cũ. Bây giờ nó nằm ngay giữa lòng con đường mới. Như những hàng cọc chống đổ bộ trên bãi biển.

Lẻ loi, vì người ta đã tháo gỡ bóng đèn, dây điện, những thanh sắt vắt ngang. Bọn nó, tức là bọn trụ điện cũ, y như một hàng lính bị lột mũ sắt, tháo súng, chỉ trơ vơ cái xác phàm thẳng tuột chỗ trận tiền.

4

Ông Bảy Chà Và nói:

"Hàng trụ điện cũ đứng chình ình ngay lối xe chạy này thay công an giải quyết những thằng nhậu xỉn về khuya. Chúng phóng vong mạng một trăm cây số giờ trên phố khuya. Mần cái rầm. Là hạ màn ngon ơ."

Một người mắng Bảy:
"Tháng bảy cô hồn ăn nói bậy bạ."

Ông Sáu hưu trí củng cố tinh thần quần chúng:
"Có gì phải la lối. Bộ trong thành phố chỉ mỗi con đường này sao. Muốn chết trên đường nhựa thì nơi nào lại chẳng có hục hang hầm hố, lô cốt đào đường, ụ đất, trụ điện giữa lòng đường."

Để "Đối phó với tình thế" mỗi tối, khi đèn phố bật lên, Bảy Chà Và vác một cánh cửa cũ ra đặt ngay dưới chân một cây trụ điện xi măng sót lại, đang đứng chình ình giữa đường.

Cánh cửa tủ có sơn trắng, một vạch chéo màu đỏ báo hiệu, thêm bên dưới Bảy trân trọng viết hàng chữ: *"Chỗ này tử thần đang vẫy gọi."*

Tối hôm qua một chị láng giềng của Thiền Pha mang một nén nhang to đùng lửa khói ra cắm dưới một cây trụ điện chưa chịu di dời khác. Thiền Pha hỏi:

" Làm gì mà diễn cảnh khói hương?"

Chị láng giềng bài bản:

"Cô Thiền Pha hà, tui đếm rồi. Cây trụ điện chưa chịu 'dinh tê' ấy của Bảy Chà Và số 14. Trụ điện trước nhà tui với cô số 13. Con số này thì hẻo lắm. Xui xẻo tận mạng. Bữa Tiệc ly Chúa 13 người. Ông vua bị truất phế, ông Bảo Đại nhà Nguyễn ấy, là vị vua thứ 13. Nguyễn Thái Học lên đoạn đầu đài 13 người."

"Nhưng chết như Nguyễn Thái Học sao gọi là xui?"

"Tui không rành lịch sử như cô. Chẳng biết trong ấy thơm thúi ra sao. Chỉ biết bọn ma quỷ chỗ âm ty hay đi hớp hồn lượm xác mấy thằng chạy xe phóng nhanh vượt ẩu về khuya. Với bia rượu đốt nóng cái não bộ, với tốc độ phản lực, chúng sẽ xấn ngay bon vào cái gốc trụ điện chình ình giữa đại lộ. Mà nghe cái rầm. Mà nghẻo máu đầu trước cửa nhà mình thì tui với cô chỉ có nước bán nhà mà đi thôi."

5

Đêm nay trời đẹp. Trăng sáng rỡ. Thiền Pha ngồi trên lầu nhìn xuống quãng phố rộng. Phía cuối đường một tòa cao ốc đèn từng ô nổi trôi trong khoảng trăng mông mênh. Cô mơ mộng.

Trong mơ, một cơn lốc xoáy, thành tiếng gầm rú. Rồi, một tiếng ầm khô khốc ngay dưới lòng đường. Một thân cây bốc lên cao. Thân cây bay trong không trung một quãng ngắn ngủi rồi đập xuống mặt đường quay lông lốc.

Mùi xăng từ thùng xăng bị vỡ làm Thiền Pha tỉnh lại. Đúng là chỗ đường phố trước nhà cô có cảnh sát, người người bao quanh, xe cộ đông vầy.

Một chiếc xe gắn máy gãy làm đôi. Hai xác người đẫm máu văng ra hai nơi rất xa nhau. Cây trụ điện gãy bể một mảng. Người ta không thể không rùng mình vì sao hai cậu trai trẻ mà máu nhiều trên mặt đường đến vậy.

Rất khuya, trời đổ cơn mưa lớn. Lớn nhất từ đầu mùa. Thiền Pha không sao ngủ được. Cô cứ thấy cái đầu máu me dập sọ não lẫn lộn trong chăn gối. Sờ đâu cô tưởng như cũng chạm phải thịt vụn bầy nhầy.

Gần về sáng, nhìn từ ban công, đại lộ vừa sau cơn mưa cuồng, đã biến ra một con sông lênh láng, ngập vàng ánh trăng.

Có một hồi trống và tiếng kinh mõ vẳng lại từ ngôi chùa Phật gần nhà.

Con sông trăng về sáng, trên đại lộ, vắng lặng. Sông không trôi. Như mặt hồ chỗ thiên thai. Phía xa kia có một người dắt và một người đẩy một chiếc xe hai bánh chết máy, lội qua sông. Một chiếc thuyền lạ lẫm. Trong một thành phố tưởng như thân quen. Một thành phố sạch trơn. Như ai nấy chết ráo trọi rồi.

Bọn chúng, là bọn trụ điện lẻ loi, bọn thừa ra, bọn lỗi thời vẫn đứng giữa dòng chảy. Cái bóng nó nghiêng. Nó gầy lắm.

Thiền Pha buồn nghĩ:

"Làm sao hai chàng trai trẻ có thể treo linh hồn mình nơi một thân cây không lá chẳng cành như vậy nhỉ?"

Bồ Đề cốc, 9-2008.
Đọc lại, 10-2015

NHỮNG MÙA XUÂN THEO NHAU

Tựu là bạn thân thiết với tôi trót mấy mươi năm. Đời gai nhọn biết bao điều đáng kinh hãi. Đôi khi tôi hỏi Tựu, Ông sợ gì nhất. Lần nào cũng vậy, Sợ cái lưỡi.

Tựu có một cái lưỡi rất đẹp. Màu đỏ tươi, người ấy là sức khỏe tốt. Lưỡi rất dài, có thể là người giàu lý luận. Có thể thôi. Hữu dụng của lý lẽ, chắc ăn là từ não. Trái tim có thể giúp đỡ thêm cho não giàu cái chân, thiện – để giảm thiếu cái ăn nói trơn tru, giảo hoạt để hại/ lừa người. Lưỡi của Tựu mỏng, đầu lưỡi rất nhọn, người có lưỡi ấy thường phát âm ngoại ngữ rất chuẩn.

Cách xử thế của Tựu cũng khá đặc biệt. *"Bằng mọi giá, luôn tách ngoài, sống cách biệt cái hiện tại mình bắt buộc phải có mặt".*

Hành trình của chúng tôi từ lúc, tạm là đủ lớn khôn, thời thế đã dàn dựng sẵn một vở trường kịch. Chúng tôi bị bắt buộc luôn phải có mặt trên sân khấu, nhưng luôn là những vai phụ không đáng kể. Đôi khi làm thay những vật dụng. May mắn là đồ trang trí, bọn lính hầu. Một thằng áo đỏ, như cái hình nộm, đứng ở góc sân khấu, bất động, một hình tượng máu. Một gã ôm một tấm bảng hiệu đứng đó, thay vì một cây cột được đóng đinh để treo. Bất động, không tiếng nói, vì mày-là-bối-cảnh. Chung chung, chúng tôi là vô danh; nhưng diễn biến, chúng tôi là thành phần.

**

Về dòng tộc, họ hàng Tựu, có nhiều vị xuất thân khoa bảng, thời Nho học. Thân phụ làm quan tri huyện, tuổi "cụ" bấy giờ hãy còn trẻ, thời chính phủ Trần Trọng Kim, 1945. Ngồi huyện đường chưa tới sáu tháng, quan đã tự bỏ phủ đường, về vườn. Việc từ quan khi triều đình vua quan nhà Nguyễn hãy còn đó, quân đội Nhựt Bổn thay quân Pháp "Làm cha xứ này" hãy còn oai phong có mặt khắp nơi, là một câu hỏi lớn trong dân chúng. Chỉ một đôi vị quan lại cùng tâm trạng mới hiểu nỗi khó khăn của nhau, *"Quân du kích đã ồn ào lắm rồi, cuộc vận động bạo lực vũ trang đã bắt đầu trong quần chúng"*. Nghĩa là cuộc thanh trừng đã bắt đầu, một xã hội máu đã lộ diện. Tình yêu nam nữ, nghĩa đồng bào đã bị tổn thương. Mặt trận Việt Minh đã có mặt.

**

Cuộc kháng chiến chống Pháp, 1946, bùng ra, mọi người bận rộn chuyện sống với Bên-này hoặc Bên-kia. Trong cái lò cừ nóng bỏng, mọi người treo sinh mệnh của mình trước mỗi thái độ – tham dự hay đoạn tuyệt – Tựu rời bỏ tất cả, khoác áo nhà tu.

Đi tu vào thời ấy không phải dễ dàng. Toàn quốc đang nằm dưới sự cai trị của Việt Minh. Họ đang là một danh nghĩa, một đại diện cho Toàn quốc kháng chiến chống lại sự "Trở lại Đông Dương để tiếp tực nền đô hộ của thực dân Pháp".

Thuở ban đầu, với một tình yêu nước nồng nàn, trai tráng phải lên đường nhập ngũ. Mới là Mùa-Xuân-đầu-tiên của nền Độc lập. Quân đội Việt Nam thời sơ khai, trang bị thiếu thốn súng đạn. Lính tráng tập trận bằng súng gỗ; kiếm sắt, mô phỏng theo loại kiếm của binh lính Nhật, từ các lò rèn thủ công lạc hậu nơi các vùng nông thôn. Nhiều chỉ huy trưởng phải mang thị uy bên mình khẩu súng lục bằng gỗ, lựu đạn gỗ sơn màu đen.

Lúc ấy quân đội Pháp đã có xe thiết giáp, súng đại liên, đại pháo, có máy bay oanh tạc. Nếu so sánh lực lượng giữa hai bên thì quá khập khiễng. Một bên, quân lực được chia bài bản từng quân binh chủng, Không quân, Hải quân, Lục quân, Pháo binh, Thiết giáp, Nhảy dù... Một bên thì dân quân còn cầm gậy tầm vông, áo vải thô, đi chân trần. Đường nông thôn, dân chúng phải đào hầm chông, mong quân

Pháp đi sụp lỗ chông nhọn, như ông già bà cả không may sụp lỗ cống. Khắp nơi trong vùng Việt Minh kiểm soát đã răm rắp tuân theo lệnh *"tiêu thổ kháng chiến"*. Cách giải quyết tình thế theo thế yếu về quân lực của mình. Nghĩa là, luôn luôn phải nghĩa là, ai nấy tự chất rơm rạ, có thể phải đốt cái nhà của mình trước khi bỏ của chạy lấy người. Đào đường ngang dọc trên quan lộ Bắc-Nam, phá cầu cống hầu ngăn chặn phần nào sức tiến chiếm của quân Pháp. Nhà thờ, chùa chiền phần lớn bị đập phá. Cả trường học cũng hoang phế. Bọn trai trẻ mạnh khỏe đã ra chiến trường, bọn sứt mẻ còn lại phải sớm tối tăng gia sản xuất; xa dần sách vở.

Tư bản là kẻ thù của vô sản. Kẻ vô học thì thù ghét chữ nghĩa. Một thời, *"giai cấp tiên phong của Kách mệnh 1945"* vừa nhú ra, những sắc phong của triều đình, những sách vở chữ Hán, văn hóa thánh hiền đã thực sự lâm nạn. Chữ nghĩa quốc ngữ của các nhà văn, nhà học giả tân văn, cũng bị đốt hủy ráo. Những Phạm Quỳnh, Nguyễn Bá Trác bị giết. Những Nhất Linh, Hoàng Đạo, Khái Hưng bị triệt để săn đuổi, loại trừ.

Chính quyền ấy, kể từ Mùa Xuân năm 1946, đã áp đặt một nền chính trị mới, một chế độ lạ hoắc, tính từ nhiều nghìn năm qua, trong hệ thống hành chánh, chính trị tổ tiên đã có. Đối với ngoài, là "Đả thực dân", bên trong là "Bài phong kiến". Trên cái chiêu bài ấy nhân rộng, là chống cả tấm lòng thờ phụng ông bà, bài trừ tôn giáo. Có năm bão tố hạn hán, lúa mùa mất sạch, dân chúng lại thấy xuất hiện nhiều băng-rôn khẩu hiệu, những cái "Chống" lạ đời, *"Chống thằng giặc trời phá hại mùa màng"*. Nói chung là bài trừ, triệt phá cái gốc gác, cái nền móng, cái văn hóa đạo lý đã vững chải đã trải qua nghìn năm.

Thành phần quan lại cũ, hào phú, là cần phải bị đánh phá, triệt tiêu. Vì chúng nằm trong tầm nghi ngờ là Việt gian bán nước, là bọn luôn mong ngóng ngày thực dân Pháp trở lại, ngày phong kiến sống dậy. Lũy tre làng vẫn xanh như thưở. Trái cà quả cam cũng là sự thật. Nhưng lạ lùng lắm. Người khoác áo tu hành, đường Chúa, lối Phật, rặt được cho là bọn phi lao động, sống bám vào áo cơm của dân lành. Người không may bị bệnh tâm thần, thật sự là kẻ điên, thay vì dành cho họ một tình thương chia sẻ, lại quy/ xem là tên gián điệp cho bọn Pháp, chỉ giả ngây để che mắt mọi người.

Trong cái xóm làng vừa thân thiết tình đồng bào vừa bị bao vây bởi hòn bom trái đạn, lại không khí chính trị bao la những oai bức như vậy, sự xuất hiện của một Tựu-Nhà-sư là cả một hình bóng lẻ loi, và xa lạ. Một kẻ bị quy tội hoang tưởng, rất bị nghi ngờ là một kẻ phản động.

Sống nơi đây, là triệt để gia nhập. Không đứng ngoài để hoài mơ một đời khác. Thực tế là một trần trụi. Chẳng sương khói nào hão huyền, trang trí cho một hy vọng.

Bấy giờ, lúc "Vừng hồng Kách mệnh đã tưới máu ngay đỉnh đầu", bà con Tựu đã hiểu ra cái lẽ tồn vong. Mong được mở một cánh cửa khác cho đời là cần thiết. Giấc mơ tách thoát, giấc mộng lìa bầy đàn, là thường trực trong tâm dạ mỗi con người, sống trong vùng Kháng chiến.

Sẽ có một cuộc đời, nếu qua được bên kia sông. Mặt trời đã lên Bên-Kia.

Đêm đêm dân chúng hậu phương bên này chiến tuyến, thấy bên kia sông, nơi cho là "Vùng địch chiếm", phố thị những vùng ánh điện mơ màng hắt lên trời đêm. Sông thì rộng. Vì an ninh chỗ giới tuyến, không một chiếc đò ngang. Trăng khuya lơ lửng. Cây cầu bắt ngang sông chia cắt Vùng-ta và vùng-địch-chiếm, đã ăn mìn tiêu thổ kháng chiến, chỉ là một cái xác sụp gãy, buồn bã dòng nước trôi.

Vào một thời, mỗi vùng mỗi tỉnh của Việt Nam là "đất da beo". Quân Pháp và quân đội Quốc gia ở vùng các đô thị, thị trấn. Việt Minh kiểm soát vùng thôn quê và rừng núi. Việt Minh gọi Vùng Quốc gia là Vùng địch đóng, Vùng bị tạm chiếm.

Bên này cây cầu giới tuyến, có kẻ, trong tiếng thở dài khuya khoắt, lén nhìn vừng sáng bên kia sông. *"Tôi ở bên này sông, bên kia vùng địch đóng"* Bên ấy, có thể là nơi có hơi thở dễ dàng hơn; người lớn có niềm tin, trẻ em có trường học; ông già bà cả kẻ bệnh đau, có được cái bệnh viện đàng hoàng, thuốc men, sự chăm sóc y tế đầy đủ.

Thế là có cái ước mơ thoát ly.
Thế là mong trở lại đầu nguồn Tự do.
Con suối sẽ trong.
Con sông sẽ rộng những bến bãi bình yên.

**

Tựu "về thành". Gọi là "dinh tê". Trở lại vùng Quốc gia. Tựu vào trường, khi tuổi đã lớn. Đỗ cử nhơn, ra làm giáo sư. Thuở ấy, bằng cấp còn it ỏi. Một vị cử nhân văn chương, là ở cao tầng lắm.

Nhưng, lúc đời sống ổn định, "bình minh đã sáng ngời", thì tâm thần Tựu lại mất ổn định. Cuộc nội chiến Bắc Nam, thực sự khởi chiến là năm 1960, cũng là mùa Xuân, với Tựu trong hiện tình là một điều khó giải mã. Chắc chắn phải tìm ra một chân lý, nhưng tương tàn giữa anh em ruột thịt là một đọa đày phi nghĩa.

Trong thân thể Việt Nam có những bàn tay dâng hương mong cuộc hòa bình, lại có những đầu não mong muốn mỗi con người bàn tay phải đẫm máu trong danh xưng anh hùng.

Tựu từng là một sinh viên xuất sắc, một thầy giáo uyên bác, nhờ một đời sống từng trải, đọc rất nhiều sách triết học, kinh sách các tôn giáo. Cái thuận chiều, là Tựu phải đóng góp rất nhiều cho văn học, nghiên cứu, hoặc dịch thuật, anh lại chọn một thái độ sống khá lạ lẫm. Chọn một Cái Bơ vơ. Làm một Kẻ Lạ. Chênh vênh và lạnh lùng. Một nửa, của tiên ông phiêu lãng; nửa kia là một phù thủy. Lung linh. Mơ hoặc. Tựu bạn lữ với cây cỏ trời mây khi ngao du đó đây. Sau, tìm tới thú vật. Muốn biến chim chóc khỉ vượn chia sẻ bớt tâm tư của con người. Nghĩa là chúng phải biết nói tiếng người. Nói thay cho người. Lại giả dụ ngựa biết bay. Con trâu con ngựa cũng mong đào thoát. Huyền thoại đã từng nói ngựa bay bổng lên trời, Tựu tin điều có thật. Phải có một cái thế gian huyền hoặc nhẹ nhõm, chẳng phải cái trần tục chém giết, bụi bặm, bận rộn nhỏ nhen này.

Tựu có pháp thuật dạy chim biết nói.

Bọn chim cũng cơ khổ lắm vì kỹ thuật luyện/ dạy cam go của Tựu. Có con chim đau đớn rên rỉ, vì cái lưỡi bị tu sửa, bào cho mỏng, vót cho nhọn đầu lưỡi. Nhiều đêm Tựu tâm sự, an ủi con két con nhồng, "Gắng mà sống. Bọn bây đau, chỉ đau cái thể xác mà thôi".

Đến nhà Tựu chơi, thật là vui. Một hôm tôi tới thăm Tựu. Tựu biết xưa nay thay vì rót trà mời khách, thì phải rót tôi ly rượu hay khui chai bia. Nhà trong thành phố, dù vậy, Tựu trồng mấy bụi trúc, khoảng sân rộng, trước nhà. Trúc vàng, và nắng rất vàng. Ngần ấy bóng với lá thôi nhưng ta cứ tưởng mình đang ở trong rừng, vì, bọn nhồng, két trò chuyện với nhau. Như chúng đang diễn một vở kịch.

- Khách tới nhà sao không chào.

- Ông ấy quen lắm chào chi.

- Quen cũng phải chào chứ

- Đù má mày chào đi, tao đéo chào.

- Vì sao đéo chào?

- Vì là điều tao muốn.

Tiếng nói người từ cổ chim. Nó lơ lớ, cứng, rất vụng về. Nhưng nghe ra, ta khó thể cười cợt. Lại rất ngậm ngùi. Rất xót xa những những cái lưỡi loài vật biết nói. Tựu đoan quyết, *"Chim chóc nói tiếng người, lương thiện hơn con người nói"*. Đấy là ta tin vào cái tính thật, của tự nhiên; cái phong thái thanh cao của thiên nhiên; và sợi dây thiêng, đã nối kết thế giới Vật và Người.

******

Nhưng không hợp thời rồi Tựu ơi. Khi lũ chim nhà Tựu đối đáp sành sỏi, thảo luận với nhau nghĩa lý như một bọn nhà văn trong quán rượu; thì thời thế đã đổi thay. Mây xám từ nay đã hoài hoài trên bầu trời. Khí độc đã từng giờ trong gió. Và cái di hại sẽ đời đời trong mọi kiếp người. Đúng cái khắc giây chín mùi của sự nhục nhã, vị Đại tướng Tổng thống thân yêu của chúng ta đã ban lịnh toàn quân, toàn dân phải buông súng đầu hàng… "những chàng du kích".

Những nhạc sĩ không còn da đầu, chỉ những xương lòi máu, đã kịch liệt ca ngợi mùa xuân ấy, *"Mùa Xuân đẹp nhất tên Người"*

Tiếng hát của bọn thiếu niên vỗ đều theo tiếng trống, trong phố thị.

Tiếng biển Đông về khuya khoắt im vắng, giúp người ra khơi.

Tiếng sóng rất êm đềm Lời truy điệu.

Và, tiếng hát cũng rất ngây thơ, trong lành tiễn đưa những Tương lai niên thiếu vào huyệt mộ.

**

Rồi cái sử lịch ấy, cái nước non ấy, đất tổ của chúng tôi trở nên một Cõi man dã. Một đất nước lạ lẫm, hiu hắt và lẻ loi trong nhân loại. Nơi ấy, nơi Đất tổ của chúng tôi, một đế chế mới được thiết lập. Con người được nhìn ngắm, quản lý, như gỗ rừng và súc vật.

Đây đúng là thời kỳ, Tựu nhận ra, là con người không tự do nói những gì là nguyện vọng chính đáng của mình. Câm lặng, giam mình trong bóng tối của số phận là việc chẳng nên. Tựu ra sức dạy bọn chim chóc nhổng két nói nhiều hơn. Và biết lắng nghe nhiều hơn, để nói những gì.

Một đêm, cảnh sát khu vực tới nhà Tựu kiểm tra hộ khẩu – tờ khai gia đình. Đêm khuya tịch mịch, con thằn lằn cũng im lặng lắng nghe, bao nhiêu người trong gia đình anh phải trình diện trước viên cảnh sát. Số người có mặt phải trùng khớp trong tờ kê khai, có đóng con dấu đỏ xác nhận của chính quyền. Thiếu một cũng không được. Thừa một có thể đi tù.

Bất ngờ lúc gia đình đang bị kiểm tra, con nhồng chỗ hàng hiên la toáng lên, Giọng của chim khàn đục, như cổ họng bị nghẹn. *"Ai muốn ở đâu thì ở chứ"*. Viên cảnh sát sửng sốt nhìn chim. Một con đứng trên bàn. Một chỗ thành ghế. Một con bay vòng vòng trần nhà. Vài con đang ngoài vườn bay vào. Chúng như muốn nổi loạn. Viên cảnh sát hỏi Tựu:

- Chim không nhốt trong lồng ư?

Tựu nghiêm chỉnh nói:

- Bọn chim nhà tôi không muốn bị nhốt trong lồng.

- Chúng không bay mất ư?

- Khi có tự do, chim cũng như người, bay đi đâu.

Thấy con nhồng đứng yên trên bàn, viên cảnh sát chộp ngay. Hắn ta bóp mạnh con vật. Con vật van vái, "Thả tôi ra. Tôi cần tự do. Thả tôi ra…". Viên cảnh sát ném mạnh con vật nhỏ xuống sàn nhà. Trong óc phọt ra câu chửi thề nhất định phải phọt ra, "Đù mẹ, tự do cái mả bà mày".

Lúc ra về, viên cảnh sát nói với Tựu:

- Lũ chim nhà này có vấn đề. Bọn thù địch, bọn diễn biến dạy nó nói.

Tựu cứ nuôi chim. Chừng một phần đời có ý nghĩa của Tựu đã trở lại. Kẻ mong đứng bên lề đã làm một việc từ trung tâm.

Lũ chim nhà Tựu chừng "phấn khởi". "Nói đi rồi chết. Chửi đi rồi tật nguyền cũng cam".

Tựu chơi trò mới. Bắt dàn máy phóng thanh. Liền tù tì sáng trưa chiều tối trong ba bốn ngày liền, lũ chim chóc trong vườn, ngoài vườn bay nhảy, trò chuyện, thảo luận đủ mọi việc. Giọng của chúng vang khắp một khu phố. Người phố thị quá vui. Rất nhiều người thu âm, hòng đưa lên phây- bốc, chát mạng gì đó. Bản tin thiệt hay. Nhiều người thấy quá đã, hàng xóm tâm sự cùng nhau, *"Lũ chim nhà Tựu chửi ngọng nghịu mà cũng …vấn đề lắm"."Tội nghiệp mấy cái số phận". "Nói, để được chết mà!".*

Nhưng,

Ông Tựu không chết.

Người ta không tuyên án tù, không giết ông Tựu.

Người ta không cắt nước uống từ một nhà nào cả. Việc đó là hạ sách.

Người ta chỉ cắt tiệt đi, ngay chỗ đầu nguồn cung cấp nước.

Một đêm Tựu được âm thầm mời đi. Hai tháng sau Tựu được thả về.

Tuy ốm o nhưng Tựu vẫn là một con người bình thường đủ tay chân tai mắt mũi. Chỉ cái lưỡi bị cắt mất tiêu.

Lũ chim mất nguồn.

Midway, 10-2019

MÃ SỐ KIẾN VÀ ONG

I

Trong hiểu biết của tôi: kiến bò, ong bay. Kiến có khi bay. Ong lắm lúc cũng bò.

Kiến ở hang. Ong gầy tổ.
Kiến, ong đều có Chúa.

Hai loài này có một tổ chức xã hội khá chặt chẽ, sống có đoàn thể, tính kỷ luật rất cao, phân bố trách nhiệm rõ ràng. Có phải chỉ do mỗi phần bản năng, chỉ thuần nhất trong cấu trúc phi-tri-thức mà chúng hợp nhất, đồng điệu chăng.

Xưa kia cùng đứng trên cầu, Trang Tử và Huệ Tử nhân cùng nhìn một đàn cá lượn trong dòng nước, Một này các cớ nói:

- Trông lũ cá vui thật.

Kẻ kia hỏi vặn:

- Ông có là cá đâu mà biết cá vui buồn.

Một này phản kích:

- Ông có là tôi đâu mà ông biết cái cách tôi hiểu cá.

Có người sẽ bảo tôi:

- Ông có là ong là kiến đâu mà biết bọn này đoàn kết, rất mực hòa thuận hòa hợp. Lại có khi cùng hòa xác ngay trong một chén… nước đường.

**

Thuở còn là một đứa bé quê nơi thôn dã, mùa lạnh, tôi thường ngồi co ro nhìn đàn kiến di tản từ cái hang sâu trong hốc nhà lên lánh nạn đâu đó trên vách cao trong những ngày thu đông.

Lũ kiến đã tiên tri một cơn bão lụt sẽ tới, hang ổ sẽ bị ngập nước, nên vội di chuyển chỗ ở. Lắm khi thời tiết còn ấm áp, nắng trong gió lành, lũ kiến đã nhận ra tín hiệu mưa bão trước con người. Cảm ra cái rờn rợn của một cuộc nước đỏ ngầu, đỏ dữ, từ núi non tràn về – quê tôi dưới chân Trường Sơn. Kiến biết, sẽ là ngập tràn, quét sạch. Sẽ bị tiêu vong, chết thảm trong bùn tanh nước đỏ.

Nhìn Con-đường-kiến dài dặc, đàn lũ di chuyển, tôi biết kiến biết Nói. Ít ra là "Chúng nói cùng nhau". Đương nhiên bằng ngôn ngữ Kiến.

Chúng nói khi cần Nói. Nếu tôi được làm con kiến trong một thời đại hạn chế Cái Nói, tôi trả lời ngon ơ lúc này: "Chúng tôi đang cần Nói. Tiếng nói của riêng mình".

**

Lại trá ngụy. Kiến-biết-Nói?

Dùng tuệ nhãn có thể nhìn ra cái bức tranh thiên tiên, đẹp đẽ tuyệt trần này:

Trong lúc đất trời âm thầm, lẫn âm mưu, sẽ gây ra mưa to bão lớn, bọn kiến từ những cái hang lỗ nhỏ trong lòng đất đã đồng loạt rời ổ. Chúng nương nhau, dìu dắt, khiêng vác cả những hạt gạo hạt tấm trắng nõn trên vai, bò ngược lên từng cao. Chúng rất trật tự. Phân công rất rõ ràng. Có những kiến lớn cõng kiến bé. Kiến dìu kiến. Kiến tải thương. Kiến nam nhi trợ giúp kiến yểu điệu bụng mang bầu.

Sợ thất lạc nhau, con này cố làm sao gần gũi con kia, tạo thành một lối đi như một sợi chỉ nâu trên vách nhà. Sợi chỉ ngoằn nghoèo kham khổ, lúc nắng trời hãy còn quàng xiên in trên bờ vách. Có thể có bóng đổ từ một hàng cau, khóm trúc.

Mỗi con kiến "đi công tác" xong, từ từng cao trở về, trên đường đi, nó cụng cái đầu nhỏ nhoi vào đầu con kiến bò ngược chiều. Hai con nghiêng vào nhau như ta cụng ly mời dzô chăm phần chăm. Chắc là hai kiến rỉ tai tâm sự, báo tin lành dữ, chỉ đường cho nhau. Hình ảnh hai kiến cụng đầu chốc lát nầy này đẹp lạ lùng. Âm thầm, thân thiện. Có khi chúng lại cùng đồng loạt đổi hướng đi, sau lần chụm đầu báo tin cho nhau.

Nếu kiến không biết "Nói" thì kiến làm cái động thái gì đây?

**

Thuở khoa học chưa phát triển, muốn sinh tồn, con người thường phải lệ thuộc, lắng nghe thiên nhiên. Sự nghe này chừng như theo "lệnh-của-kiến". Hoặc biết đất trời trở chứng, là qua "phát-ngôn-của-lũ-chuồn-chuồn".

Trong những chiều hôm, mây trắng trời trong, cha tôi chợt nhận ra tiếng sóng biển phía Đông Trì có hơi bất thường, nhìn tín hiệu từ đàn kiến bò kham khó trên bờ tường đất, hoặc ngoài vườn lũ chuồn chuồn bay thấp la đà mặt đất, ông liền bảo mẹ tôi: "Trời sắp giông gió rồi bà ơi, thu dọn đồ đạc đi là vừa".

Con kiến con chuồn chuồn có khác con người. Con người thường đâm đầu vô chỗ chết, dù đôi khi được báo trước.

Xa quá rồi, chìm trong bao chuồn chuồn cánh mỏng, lời báo bão ấy.

**

Lại nói về Nói.

Có những Nói-không-thanh-âm.
Cây đinh máu Chúa? là thiên-thu-Nói.

Khổng Tử dạy môn đệ cái Thể của Im Lặng: *"Thiên hà ngôn tai"*. Trời có nói gì đâu.

// Thiên hà ngôn tai, tứ thời hành yên, vạn vật sinh yên, thiên hà ngôn tai! // Trời luôn tịch mặc, bốn mùa vẫn vận hành, vạn vật vẫn sinh trưởng, nào, trời có nói gì đâu!

Có những Tiếng-không-Lời.
Âm vang của cây đinh đóng lên thân Chúa.
Có Những Lời-không-phát âm.

Trong pháp hội núi Linh Thứu, xưa kia, khi được Chúng dâng một cánh hoa Ưu đàm, thỉnh Đức Phật vị Chúng thuyết Pháp. Thay vì thuyết giảng, Phật yên lặng mỉm cười, tay cầm cành hoa se nhẹ giữa những ngón.

Chẳng ai trong Chúng hiểu được gì, nghe được Phật nói gì ngoài cái lặng yên man mác kia. Chỉ mỗi Ma-ha Ca-diếp lĩnh hội được ý nghĩa của nụ cười, và trả lời bằng một cái mỉm cười. Ma-ha Ca-diếp có Chính pháp nhãn tạng, hiểu ra *"Dĩ tâm truyền tâm'* này trong *"Niêm hoa vi tiếu"*. Ma-ha Ca-diếp, sau đó, đã nhận tâm ấn, trở thành Tổ thứ Nhứt của Thiền Tông.

||

Ngạn ngữ dân gian:
"Kiến ăn cá. Cá ăn kiến".

Là để an ủi cái thời này anh làm cha, ăn trên ngồi tróc, hà hiếp người. Lại có lúc anh bỏ của chạy lấy người, vì kẻ kia có dịp lên ngôi. Mà cái *trả thù* thì luôn gấp ba/năm/bảy lần cái *chịu thù*.

Vay một vốn máu nhỏ nhoi, trả bằng một đại đồng thịt máu, lẫn xương, hồn.

**

Phận kiến kể cũng đau. Bà con cháu chắc tị nạn lụt lũ. Nhưng chạy đâu tai trời ách nước. Như Thủy tinh trả thù Sơn tinh, để chụp giựt người mẫu chân dài. Bấy giờ lũ cá có dịp ùa theo bùn tanh nước đỏ. Đâu chỉ cá xà cá mập, ngay lia thia tép riu, cũng tha hồ đớp lũ kiến thất cơ lỡ cuộc trôi từng dề trên mặt nước.

Lo chi, có lúc sẽ nước lũ rút đi, cá không kịp trôi về sông, nằm phơi mình trên cạn. Kiến lại tha hồ xơi tái.

**

Mà.

Có trả thù nào là đẹp đẽ đâu. Cũng đáng tởm cả thôi. Kiền rồi sẽ có dịp nhậu xác cá trả thù. Trên bờ cạn, bu quanh cá chết sẽ là đông đảo, đủ trường phái kiến. Tạo thành một bãi hạnh phúc những cục màu nâu nâu, nhung nhúc. Bên trong cái nhung nhúc "vui vầy thắng lợi" vẫn là một xác chết, những xác chết sình thối. Dù là xác cá.

Kiến chết nước, cá chết cạn.

Ong vẫn bay thanh thản trong không, tiếp tục hút mật.

Ong không nợ Kiến. Chẳng vay gì của Cá.

**

Trung quốc có Trường Giang, tức Dương Tử Giang, dài những 6.600 km, đổ xuống từ độ cao gần 6000 mét. Bờ này thăm thẳm bờ kia mênh mông. Có nơi như biển.

Trường Giang có hằng trăm chi lưu chia nguồn. Có những chi lưu kỳ vĩ. Đó là những, Mịch La nơi Khuất Nguyên tự vẫn; Tiền Đường nơi Nàng Kiều huyền hoặc gieo hoa; là Động Đình Hồ Lý Bạch ngâm vịnh, là Xích Bích lưu truyền sử lịch.

Nghìn năm trước Trường Giang không hề có một cây cầu.

Từ thế kỷ thứ VI Bồ-đề Đạt-ma qua sông bằng một chiếc lá – đúng ra, một chiếc thuyền con trước sóng dữ.

Bồ-đề vượt Trường Giang bằng cái-không trọng-lượng, không-tốc-độ. Càng không hề là khinh công.

Do vậy, Bồ rất xa, Bồ ở ngoài cuộc hội thù Cá và Kiến.

III

Ong và Kiến.

Một tập thể đào hang.
Một loài gầy tổ.

Cùng một hang một tổ, nhưng lắm khi chúng chẳng cùng băng đảng. Kiến có kiến cánh kiến càng. Ong có ong rừng ong nhà.

Đã ai từng nuôi chung kiến với ong để thử hòa giải hòa hợp một trận tao phùng giữa hai loài.

Đã ai ra công dạy con ong biết đào hang! Dạy kiến bay đi tìm mật!

Nhân loại văn minh quá cỡ thợ mộc này, đang dò tìm một Sự Sống ở trái đất thứ hai, chắc có ngày sẽ dùng kỹ thuật "phi mã số" giải mã được ý nghĩa "Nói với nhau" giữa ngôn ngữ các loài vật. Tỉ như con én vui liệng trong bầu trời mùa xuân ắt là trong cổ họng, vừa vui vừa ngứa, của nó có phát ra bài tình ca, tợ tợ như *Anh cho em mùa xuân. Nụ hoa vừa mới... nợ"* – hát đúng theo xôn-phe [phẩy] của bản nhạc thì không phải "nở". Mà "nợ". Nợ của ai trong cõi đời này? Thì đi hỏi con Én.

Con én, có thể đem tấm lòng mùa xuân mà trả lời: "Sau lưng em chỉ là một bầu trời xanh. Rất trong và... rất xanh"

**

Công Tôn Long, triết gia thời Chiến quốc, một trong những đại biểu của học phái Danh gia, tiêu biểu cho suy luận quỷ biện, cho rằng:

"Ngựa trắng không là ngựa"
[Bạch mã phi mã]

Ngựa là ngựa. Mà trắng là trắng.

Ngựa là tên gọi hình thể. Trắng là tên gọi màu sắc.

Hình thể là chỉ định chung cho loài [nội dung/ cái thực]. Màu sắc là biểu hiện cá biệt [danh].

Từ cách quỷ biện này, ta gia thêm chất quỷ. Sẽ có khái niệm:

"Việt Đỏ không là Việt".
Việt là Việt. Mà Đỏ là Đỏ.
"Việt Vàng không là Việt".
Việt là Việt. Mà Vàng là Vàng.

Nhưng đâm thử một nhát? Đỏ, Vàng đều có máu.

Xét nghiệm, máu Việt nào cũng là máu như nhau.

Như sữa vắt ra từ vú con bò "da beo" Hà lan – *bò da beo không là bò* – vẫn là sữa bò.

******

Từ biệt cái Danh sắc màu, tìm về Chính danh.

Nhưng tìm đâu, nơi nào để thấy Việt? là Tính/ Tinh Việt? Đây là câu hỏi không mơ hồ.

Cánh cổng chúng ta "quay về" hôm nay không là cổng thành Chiến Quốc trước mặt Công Tôn Long thuở nọ.

Chúng ta vẫn nỗi niềm:

"Nhật mộ hương quan hà xứ thị
Yên ba giang thượng sử nhân sầu". [*]

[Chiều hôm chốn cũ tìm đâu thấy
Chỉ khiến sầu thôi, sương khói này]

Đồng Ông Cộ 08-09.

---

[*] Hoàng hạc lâu, thơ Thôi Hiệu. Cung Tích Biền dịch.

NHẠC ĐIỆU CỦA BẦY ONG

I

Ngoài tên họ ghi trên giấy khai sinh, trẻ con thường có một tên gọi thân thương trong gia đình. Cháu bé gái bốn tháng tuổi, con một gia đình quyền thế, được gọi là Ong Con. Ong Con lúc chào đời hai bàn tay đầy đủ mười ngón xinh đẹp.

**

Tổ [quốc] ong, cũng như tổ [hợp] kiến, là những tập thể có tính tổ chức, tính kỷ luật bầy đàn rất cao. Muốn sống an toàn, cùng chia sẻ một cái lỗ nhỏ hình lục giác trong tổ [quốc], trước tiên mỗi "công dân ong" phải biết sống phải điều, phục vụ trong phân phận con ong thợ, vui vẻ khi được sai khiến, một chiều thuận trong hệ thống chỉ huy.

Tính bảo trọng này, qua nhiều thế hệ, biến ra một căn bệnh mãn tính, là luôn phải thích ứng với hoàn cảnh bầy đàn.

Tuy thế, vẫn có một số những con Ong Con dị ứng với cái hệ thống trại [ong] chuồng [mật]. Chúng lẻ loi, bay vẩn vơ trong gió nắng, tà tà chỗ cái bông hồng, cành lan, trong bóng cây mùa hè. Buồn xơ xác như ve. Gặp trận mưa bão chúng cũng bị dập tan tác, chết queo.

Con ve hát xác xơ, có thể do màu nắng quá buồn. Bị nắng ru nỗi nhớ. Bọn ong-không-cùng-bầy này, thường nôn mửa khi nghe mùi mật dậy ra từ hơi hám bầy đàn.

Có thể gọi bọn này là thế hệ… *Ong biết nôn mửa.*

**

Tôi gặp một Ong-biết-nôn-mửa tình cờ, rồi sau thành anh em thân thiết, trong một quán nước, một buổi chiều cuối năm.

Cô chừng ngoài hai mươi lăm, đoán thế. Mắt sáng, mặt tươi, tóc đen mượt, thuộc loại gái có học; cô ngồi ngay nhìn thẳng, không điệu bộ õm ờ. Nói chung cô rất đẹp, rất… tân hình thức lẫn hậu hiện đại.

Những ngày xáp Tết. Buồn đứt bóng.

"Con biết bây giờ mẹ chờ tin con / khi thấy mai

đào nở đầy bên nương… Năm trước con hẹn đầu xuân sẽ về… nay én bay đầy trước ngõ / mà tin con vẫn xa ngàn trùng…"

Cái loa trên bờ tường một góc quán Sài gòn hôm nay nó hát toàn nhạc thời Miền Nam. Khắp các nhà hàng, quán ăn, trên bàn thờ ngày Tết, chỗ riêng tư, nơi nơi, đều hát nhạc tình, vàng, sến, đạo, tục… như thế.

Một lúc, chỗ gạch vôi bờ tường cái loa biết hát:

"Đêm nhớ về Sài gòn… tiếng nhạc vàng gọi từng âm xưa / ánh đèn vàng nhạt nhòa đêm mưa / ai sầu trong quán úa… Bóng mẹ hiền mờ mờ bên song / mắt người tình một trời mênh mông / gợi bao nhiêu cho cùng…"

Ong-biết-nôn-mửa nói:

- Toàn những bài nhạc thuở xưa, giọng ca xưa. Dù là hải ngoại sau này cũng viết bởi người xưa. Bọn em bây giờ không sao hình dung ra được cái thời buổi gọi rằng Ngày Xưa ấy. Nhưng bọn em cảm ra cái tâm sự, nỗi đau kiếp người. Hôm nay, trên quê hương này, những giá trị xưa, những linh hồn cũ, đã trôi qua nghìn trùng biển, tưởng đã tan chìm theo hải triều âm thuở nào, nay chừng như đang mãnh liệt sống lại, bàng bạc nơi đây. Mềm mại và sâu lắng đánh thức. Được đón nhận một cách thoáng đãng, nhiệt tình".

Tôi hỏi, em cảm cái Ngày-Xưa-Ấy là cảm cái gì?

Cô bảo trong âm thanh ấy tuy có thất tình, hờn tủi, có đau đớn vì thân phận quê hương, chiến tranh hận thù, có cách ngăn, thương tật, nhớ nhung, nhưng nó biểu thị một tâm cảm rộng lớn. Gợi cái buồn để mở ra hy vọng. Nó có cái thuần khiết của nghệ thuật. Có trời rộng sông dài, có hoa bướm, thanh xuân, có hơi thở trong lành của tự do. Nghe nó, có khi em mơ một dòng suối trong, một cánh đồng bình an mở về bên kia chân trời.

Ong Con ngụm một ly rượu nhỏ, cô hát đủ người kế bên nghe:

"Đôi khi tôi muốn tin / đôi khi tôi muốn tin / ôi những người khóc lẻ loi một mình… / khóc / lẻ loi / một /… mình"

**

Bàn tay Ong-biết-nôn-mửa cụt một phần ngón.

Gợi niềm trắc ẩn trong tôi khi chiếc khăn trải mặt bàn trước mặt cô màu đỏ đậm, màu máu chảy ra, tương phản với bàn tay trắng muốt, thanh tú của cô. Cô úp cái bàn tay thiếu hụt trên mặt bàn rất lâu. Như người giàu có khoe một bàn tay búp măng, trắng màu tươi tốt của số phận.

Rõ ràng là một ngón tay trên bàn tay trái của cô bị chặt đứt lìa mất một đốt ngoài. Đốt có móng tay. Có thể do bị đoạn, chém rất nhanh. Cái phụp. Dứt khoát. Vì chỗ vết đứt trên ngón của cô, thay vì khi lành lặn nó nhô thịt ra sần sùi, nó lại bằng phẳng, như vết cắt trên bề mặt một củ cải trắng vừa cắt ra.

Tai nạn nơi bàn tay trái? Cũng có thể do một nhát dao từ bàn tay mặt của chính cô bằm xuống chăng – tôi bất ngờ, như một linh cảm, nghĩ vậy. Tôi mường tượng ra cái "âm vang của máu" khi ngón tay đứt lìa. Một tiếng động? Đau và sắc.

Trong một đời người, giai đoạn sống này có khi tự phản [tỉnh] hay tự thiêu [hủy] phần đời kia đã qua, do niềm hối hận tự thân. Đó cũng là một thể hiện nhân cách. Có ý thức tắm gội bùn nhơ số phận.

Trong chính một cơ thể, có khi, bộ phận này tự hòa giải, trợ giúp cơ bộ kia, hoặc chúng tự hủy hoại nhau, như ung thư tàn phá, cũng là sự thường. Tôi quen cô, qua cách ứng xử, thái độ sòng phẳng, có thể cô đã tự chặt một ngón tay của mình, tôi lại nghĩ.

Cô bình thản trước sự thiếu hụt.
Không xem đây là dấu vết tàn tật.

**

Cô uống được nhiều rượu bia. Điều này khá thú vị. Lại khi đã uống nhiều, cô tỉnh táo, rất tinh tường, lý luận sâu sắc. Mười câu đã hết chín cho phản kháng, bất bằng với những gì xảy ra sau lưng trước mặt quanh đây. Yêu cô này ắt chết. Một bà già lý luận. Tôi mong cô hiền hòa, thầm lặng, như khi một cô gái đứng trong mưa.

Thật ra, Ong-biết-nôn-mửa đau đớn; cô là con chuột bạch trong cuộc thí nghiệm tàn ác từ cha ông, qua một ý thức hệ ngược dòng; trong chính cái tổ [quốc] ong cô đã lọt lòng.

Buồn nôn ông nội. Buồn nôn cha. Buồn nôn trời đất mông lung đầy thừa những "Lời Dạy". Và rất mộng mị "Lời Dâng".

Buồn mây gió rủi ro bay qua mảnh đời này. Buồn ói những tư tưởng thoái trào, giả hiệu, mà người ta đã dày công làm ra chữ nghĩa, rồi cưỡng bách dán, nhét, đóng mộc vào những não thùy non trẻ.

Cô tâm sự.

Ong Con đã không còn liên hệ với cha mẹ từ rất nhiều năm. Cô rất thương yêu mẹ, rất cần thiết một sum họp gia đình, nhưng cô không thể ở cùng chung dưới một mái nhà với chính người cha của mình.

******

Tôi từng gặp rất nhiều những người tuổi trẻ, cả những trung niên mà khi cuộc chiến tranh dai dẳng đã chấm dứt họ hãy còn ở lớp tuổi nhi đồng. Hơn ba mươi năm trôi qua, họ chẳng hiểu biết gì thêm về Những-Ngày-Qua, gọi rằng lịch sử trên chính xứ sở của họ.

Cả những người đã được học qua trường lớp, có bằng cấp cao, cũng chẳng có hiểu biết gì tường tận hơn. Có lẽ do một che chắn nào đó đối với lịch sử. Sự Thật cần phải cho đeo mặt nạ.

Rồi, đa phần trong bọn họ, vì cuộc sống bon chen, vì nhiều lý do khác nhau, do sợ hãi những rắc rối, hoặc xem Đúng-Sai trong quá khứ - xa lắc rồi - cũng chẳng giúp ích gì cho cơm áo hôm nay, nên họ đành sống cho qua ngày. Không có dấu hỏi đau lòng. Không vết hằn. Bọn họ rất khác, không lạ lẫm như Ong Con này.

**

Lại một lúc cô hỏi:

- Em rất chân tình xin anh giải cho rõ. Thế hệ các anh có sự đối kháng, thù nghịch trong gia đình đưa đến tuyệt tình ruột thịt không?

- Ôi, thật tình em không hiểu gì tính cách máu lửa của cuộc chiến vừa qua ư?

- Em hiểu lờ mờ. Có thể em bị lừa gạt.

- Lừa và gạt làm sao?

- Em sinh sau đẻ muộn, không hiểu gì về lịch sử đất nước thời chia đôi. Hình như một nửa sự thật về giống nòi còn trong bóng tối. Nên bọn em rất mù mờ về kẻ thù. Chỉ được giảng dạy đó là một bọn Nửa nước Ngạ Quỷ, tàn tệ và rác rưởi, khi em đang sống nơi đây với mấy chục triệu người Miền Nam thành thực hiền hòa. Sao là đích thực bọn thú/ kẻ thù.

Tôi yên lặng nghe. Cô tiếp:

"Trong trường có dạy chúng em biết lờ mờ trước kia nước ta bị chia đôi, thành hai miền thù nghịch

Bắc-Nam. Nửa nước kia anh hùng. Vậy hôm nay thống nhất, hai Nửa hợp Một. Năm mươi trứng Ngạ quỷ này bất đắc dĩ sống chung với năm mươi trứng Hùng anh kia.

"Bây giờ mỗi anh hùng lại cặp kè với một ngạ quỷ? Bọn em đây hoặc có cha anh hùng hoặc có mẹ ngạ quỷ? Em hỏi anh - anh phải trả lời thành thật - cuộc hôn phối này đẻ ra cái giống gì? Rằng là **quỷ** thì chưa chắc, nhưng đó là **người** thì không đúng cái nghĩa chân thật của nó. Em hỏi anh bọn em đây lai quỷ hay lai anh hùng? Trong cốt lõi anh hùng là hạt nhân ngạ quỷ chăng?"

- Thôi cụng ly đi em.

- Anh không giải thích em không cụng ly. Anh hiền hòa đang trước mặt em đây, xưa kia anh là sĩ quan chế độ Sài gòn, ắt là Ngụy? anh Ngạ Quỷ? là con thú chăng? Anh uống cái thuốc tiên gì mà rụng được cái đuôi? Trong khi quanh đây, bọn anh hùng lại đuôi mọc dài dài!

- Làm sao em đau đớn vậy? Tương lai sẽ trả lại cho em mọi sự thật.

- Thế hệ chúng em không muốn, đúng là không đủ ý lực để xóa bỏ quá khứ. Nhưng sẽ thanh thản hơn nếu chúng em hiểu rõ nguồn cội. Chúng em cần sự chân thực, trung thực. Chúng em đâu muốn chiên phồng bởi mớ dầu mỡ cháy bỏng của tâng bốc, mạ ly, truyền thông một chiều. Chúng em không thể chờ một tương lai sửa sắc đẹp thơm lừng, khi đang lây lất trong một hiện tại chưa hề được xà phòng tắm gội.

II

Trước cái hôm bàn-tay-nguyên-vẹn trở thành khuyết-tật-bốn-ngón, Ong Con nhận được một lá thư xa, từ người mẹ:

"Con gái cưng ạ, bố mày chết toi rồi. Chết nghĩa đen. Tắt thở đã hai ngày rồi. Không phải chết theo cách nói mỉa mai dành cho cái bọn lão hóa chúng tao, mà bọn mày thường dùng đâu. Đang quàn xác Cha tại nhà, chờ các con ở xa đang về. Thằng Thịnh ở Mỹ, thằng Béc ở Úc nữa.

"Lần này thôi con gái ạ. Về mà nhìn cái mặt mà mày cho là **không thể nào nhìn mặt. Muốn ói.** *À, cái mặt của mày hôm nay, con gái cưng mẹ đẻ ra, đứa con thương yêu nhất của mẹ, từ mắt mũi tai miệng cằm, nói chung răng hàm mặt, là* **sao y bản chính cái bản mặt của bố mày đấy.**

"Về gấp đi. Mẹ đau lắm, từ lâu hằng nghĩ ngợi, mày có khác gì bố? Vậy mà hai cái giống y chang nhau, cùng gen cùng loại máu, mà chẳng hòa hợp hòa nhập chi nhau là nghĩa làm sao?

"Về gấp. Không thì mẹ sẽ chôn bố mày, chôn một nửa cái mày đang cưu mang, chôn một nửa hình hài mày đấy".

- Thế rồi em có về không? Tôi hỏi.

Ong-lìa-đàn-cụt-một-phần-ngón-tay thì thầm một nỗi buồn:

- Em về chứ. Nhưng hãi lắm.

- Hãi làm sao?

Cô không trả lời.

**

"Lái chậm chậm. Quẹo vào cái hẻm rộng phía trước. Đó, anh dừng xe chỗ có lá cờ tang treo ở đầu ngõ kia kìa". Ong Con nói.

Các tài xế taxi hiện nay, phần lớn là cộng tác viên của ngành an ninh, nên họ thường kín đáo quan sát, theo dõi hành tung khi lái xe đưa khách. Anh tài xế này lại có tính tiếu lâm, nhìn lá cờ "báo tang" anh bạo miệng bông đùa: "Cũng vàng vàng đỏ đỏ, mà có cờ thắng cờ thua, cờ ma cờ chết".

Biệt thự rộng lớn mở toang cửa. Vô số những vòng hoa viếng tang lễ đặt từ quanh chỗ quan tài, đầy ra hàng hiên, tận hai bên cổng.

Đèn nến lung linh. Hai cái bàn được kê chỗ bực thềm rộng. Một, là bàn tiếp tân có hai cuốn sổ tang bìa mạ vàng đẹp đẽ. Một người áo quần chỉnh tề lúi húi ghi chữ chi chít đến cả trang thứ hai; ngữ này chắc là người có nhiều kỷ niệm thuở đầu tên mũi đạn với bố Ong Con. Bàn bên kia có hai cô gái ăn bận chỉnh tề, nhiệm vụ ghi tên, giới thiệu quan khách đến viếng tang. Một cô viết tên cá nhân hoặc đoàn thể nào đó ra tờ phiếu, một cô kia cầm cái mi-cờ-rô giới thiệu để người ta lần lượt vào trước quan tài chiêm bái.

Một cô ghi phiếu lễ phép hỏi Ong Con:

- Thưa cô cho biết quý danh, đoàn thể nào để em ghi.

Ong Con trả lời:

- Tôi là con cái trong cái nhà tang ma này.

Rồi Cô đi luôn vào trong. Cô chẳng chào ai. Cô tìm mẹ.

Người đông quá là người.

Cái loa đặt một chỗ kín đáo phát âm những kinh cầu vừa đủ nghe "Nam mô bổn sư Thích ca…" Cô thầm nghĩ: "Quái, sao Đức Phật lại khơi khơi nhào vô chỗ này?"

Cô thể nào quên, rất nhiều lần xưa kia, bố cô từng khẳng định:

"Bọn tu hành là bọn tiêu cực, chỉ biết ăn bám, kinh tụng xàm xàm, phi sản xuất. Bọn tôn giáo, nhất là bọn Chúa, là rặt phản động phản quốc. Kể cả Trời cũng là thằng giặc gieo tai ương nắng hạn bão lụt. Muốn ổn định chính trị phải cảnh giác mấy thằng tu hành. Muốn ấm no hạnh phúc phải coi chừng thằng Trời. Phải triệt để chống Trời cứu Mùa".

**

Quan tài đặt trên hai đà gỗ, cách mặt đất chừng tám tấc. Một cái bục cao năm tấc cạnh quan tài, để mọi người thân lần lượt bước lên nhìn mặt người chết trong áo quan, qua một lớp kính.

Ong-biết-nôn-mửa, khi ấy hai bàn tay chưa bị cụt ngón, bước lên cái bục. Hai tay vin nhẹ vào thành áo quan. Cô hơi choáng vì cái quan tài quá lớn với màu đỏ, đầy những hoa văn màu vàng. Quanh quất là nhang khói, mùi hoa tươi, mùi người, màu sáng đèn nhấp nha, trộn lẫn mớ đất trời lợn cợn ờ-hắp-anh-hùng-đờ-mi-ngạ-quỷ, nay có Phật hỉ xả ghé vô. Một rùng rợn khí hậu.

Qua lớp kính trong suốt, Ong Con bàng hoàng nhìn.

"Cha đây/Bố này".

Một thi hài được tô màu, son phấn kỹ lưỡng [như sẵn sàng lên phim]. Một khuôn mặt rất quen mà rất đỗi lạ lùng với cô, hiện ra.

Một khuôn mặt thông tuệ, xưa kia phảng phất phong thái một triết gia đông phương, giờ đây có hơi dị dạng. Một vừng trán cao, bây giờ thấy cao hơn trong cái xác vì khuôn mặt gầy.

Hai mắt Cha sáng quắc, mưu lược thuở kia, bây giờ đành nhắm. Vành mắt được tô màu hồng nhạt. Hai hàng lông mày rậm, dài. Sống mũi cao. Miệng rộng. Đôi môi được tô son đậm. Nhìn cái miệng đang ngậm mùi tử thần, giữa hai làn môi đỏ giả hiệu của phấn son, Ong Con rùng mình. Cô như chênh vênh giữa một khe vực mà hai bên núi đổ thẫm.

Cha nằm đây. Bố này. Một cái xác trình diện với thiên thu? Một hàm râu trên trắng mịn. Đặc biệt hàm râu dưới rất rậm, dài, rất đẹp khi Cha còn sống – em trở nên yêu mến râu toàn thế giới, vì hàm râu Cha quyến rũ này – bây giờ nó được chải chuốt kỹ lưỡng, được tô sáp óng mượt. "Để trăm năm sau khỏi rối rắm chăng", cô nghĩ. Hai bàn tay "hết nhiệm vụ" của Cha, trắng nõn trong lồng kính, được xếp xuôi theo thân người. Thuận theo lẽ Đi-Về trong vòng sinh ký tử quy.

Có một thời tuổi nhỏ Ong Con yêu Cha lắm. Có lần cô đã thấy hai bàn tay này, Cha ngồi ghế mây đánh máy những văn bản, trong vườn cây bóng mát, râu bạc phơ bay trong gió như tơ trắng. Bầu trời lúc ấy một cõi cưu mang. Mây hy vọng đầy trong bao la. Bao tín hiệu mừng vui trong nhòa nhập, mập mờ tuổi thơ của cô. Một tuổi thơ đỏ tươi bị hoang đường cám dỗ.

Giờ đây, bàn tay chết máu được tô màu những ngón, như bàn tay cô dâu sắp về nhà chồng. Cha được gá nghĩa với thiên thu. Mong Nghìn-Sau dành chút lòng từ thiện cưu mang. Cô thầm nghĩ.

Sau cùng, Ong Con quan sát cách tẩm liệm toàn thân của Cha đây/Bố này:

Một bộ trang phục cùng màu trắng ủi thẳng nếp. Nút áo cài tận cổ. Kiểu áo lãnh tụ. Chân mang giày đen bóng. Nằm thẳng cẳng trong quan tài, bôn ba đâu nữa mà giày với vớ. Chung quanh những tấm lụa đỏ chèn làm nền. Những hoa văn màu vàng nhiều cánh rải rác. Cách trình bày xác chết này như một cuộc diễn tập tạo những quán tính tôn sùng cho con cháu về sau.

Ong Con một thoáng bị choáng. Người chao đảo. Cô cố vin chặt vào thành áo quan. Bố ơi, Cha đây này. Cái hình tượng rặt màu son phấn, là cái xác chết trên đường rã mục trong áo quan, tương phản với cái màn trí nhớ mờ hoang bây giờ đang thách thức trong cô. Những ý niệm, những lời khắc dạy của Cha to lớn, đúc bê tông cho tượng đài tuổi thơ, được lặp lại nghìn lần đạo lý, được xưng họa như từ muôn xưa, bây giờ liệu chúng, Cái-xác-chết này, có vì thế mà không khỏi bốc mùi!

Ong Con nghĩ lung. Quá khứ với hiện tại bỗng ném cô qua về. Cô như con lắc. Rồi phút giây cô mịt mù thần não. Cô như cái vụ bị ai đó bung ra, quay tròn. Quay với tốc độ cao tít, như có thể bay đi nghìn dặm. Nhưng nó chỉ quanh quẩn, quay xoắn ốc một chỗ. Không lối thoát.

Trên cái nắp áo quan trong suốt, cô như cái vụ quay tròn. Chỉ để mất phương hướng, chỉ để chao đảo nhìn cái đang phân hủy, tự tan rã chính Nó, bên trong cái quan tài nắp kính.

Rồi cô muốn ói.

Cô cố chặn cổ họng, gắng bước xuống để ngừa cái điều bất nhẫn.

Cô hiểu, Cái Chết là một Đóng Lại. Cái dành cho chúng ta giờ này là những rộng mở chia sẻ, ngậm ngùi và tha thứ. Cuộc đời được Thần Chết đóng đinh trong lớp kính này cũng như mọi cuộc đời. Thánh rồi cũng phải theo cái muôn thuở của quy luật Đóng Lại. Những ước mơ tạo thời thế, tuy hùng vĩ mà xa xăm, rồi cũng cô đặc trong một cái xác này đây. Những hoang tưởng rồi cũng mỏi mòn, ung mọt, câm chìm trong từng tế bào ngay dưới lớp mặt kính đèn màu hào nhoáng này đây.

Cha ôi. Bố này. Hình ảnh thân thương của bậc sinh thành hiện ra, cô muốn khóc nhưng cô lại muốn ói, vì cái bối cảnh chung quanh. Vì một thế giới quanh cô nhầy nhầy, bừa bựa. Cô hoa mắt, một ít nước mắt ứa ra làm nhòa nhạt, biến dạng cái nhìn, hai hóa bốn. Sao chỉ một lũ bốn chân, trong khói hương nhả ra những lời thiết tha, ăn mày dĩ vãng qua những Lời Dâng chẳng có thực lòng.

Muộn rồi, Ong Con ói thốc tháo.

Cô hiểu là mình bất hiếu. Lòng cô đầy nỗi nhớ khi quay lại, nhưng tình thế xóa nhòa, đã bôi nhục tâm linh.

III

Cô được chăm sóc. Nằm nghỉ trong phòng rất lâu. Mẹ ngồi bên cạnh. Mẹ bảo:

- Thịnh từ Mỹ đã về. Khỏe thì ra chào anh đi con. Mày bậy quá. Con cái nào lại ói mửa trên quan tài cha.

Có tiếng gõ cửa phòng. Thịnh bước vào. Anh này cao lớn, mặt mập, hai má hồng hào, bàn tay búp măng, da dẻ như dồi phấn, bộ tướng đại gia. Hai anh em lâu ngày gặp nhau, hỏi han tin tức, trò chuyện bao kỷ niệm vui vẻ. Không lưu tâm gì đến *"cái-lồng-kính-chứa-Cha"* bên ngoài.

Thịnh nói với Ong Con:

- Em sẽ có một tài sản từ cha để lại không nhỏ đâu. Lấy chồng, để bầy con, ăn chơi tới già chưa cạn.

Ong Con hỏi:

- Lương bổng xưa kia, thuở cuốc bộ làm cách mạng, chỉ đủ tiêu vặt, rồi khi là ông quan lớn cao nhứt chỉ vài triệu, lấy đâu ra xe cộ, biệt thự năm ba cái, đất đai nhiều chục mẫu trên Bình Dương, Lâm Đồng, Bà Rịa? Sao không trả lại cho nông dân cùng khổ ngày ngày kéo lên Sàigòn kêu oan, xin trả đất?

Thịnh gằn giọng:

- Cái đó cô chờ bố cô sống dậy mà hỏi. Hoặc ra mà hỏi cái khí trời bàng bạc, hỏi cái nắng mông lung ngoài kia kìa. Trời đất nơi này có nghìn cái phi lý. Mà nghìn phi lý đó lại rất hợp pháp, thuận gió mưa, không cần lý giải.

Ong Con cười cợt, giọng mỉa mai:

- Anh hợp thời quá nhỉ. Anh hoàn toàn khác bố, chỉ giữ lại cái mồm giàu lý luận.

Thịnh gắt:

- Cô này thậm hỗn. Người xưa từng dặn dò: *"Vua Hùng có công dựng nước, nay ta phải ra công giữ nước"*. Bây giờ là thời thanh bình, tay chân rảnh rỗi, tao thức thời cải biên cái lý tưởng tí chút; có hơi hướng cải lương nhưng hợp thời trang: *"Bố ta làm ra của cải, anh em ta phải ra công giữ của"*. Thế thôi.

Ong Con nói:

- Gớm cho các anh, ông nào bây giờ cũng từ bỏ nối nghiệp chính trị của cha ông, diễn biến ra, đi mần kinh tế, hái đô la, vàng. Lại đi qua Tân Gia Ba sửa sắc đẹp. Coi chừng đại gia lại thành "đại gia súc" có ngày.

Thịnh nghiêm sắc mặt:

- Con người ta sinh ra có cái dạ dày. Phải lo cho nó. Không phải có dân chủ nhân quyền là dạ dày nó hồ hởi, khỏi ăn.

- Coi chừng một thời đi theo **cái đầu hư tưởng**, bỏ đói cái dạ dày; lại một thời theo **chủ thuyết dạ dày đê tiện**, lại cái não thùy ung bướu.

- Mà này, cô có cách ăn nói cha đời, xỉa xói từ thuở nào vậy?

- Từ thuở Mẹ Âu Cơ giận chồng đội mớ trứng ra đi.

Người hầu mang vào bôm nho, thức uống, một ít thức ăn nguội. Người hầu lễ phép nói với Ong Con:

"Bà chủ bảo cô phải ráng ăn một chút lót dạ, nằm trong phòng mà nghỉ. Không nên ra ngoài đám tang".

**

Thằng em út là Việt kiều Béc từ bên Úc trở về, thọ tang cha.

Đầu nó cạo trọc lóc. Chụp trên đầu một cái mũ da bò tròn din, không có vành. Bận một cái áo thun, một cái quần kaki ống ngắn, loại áo quần bọn trẻ thường bận tới quán cà phê. Cổ đeo một sợi xích. Thòng lòng trước ngực một cái thánh giá kim loại sáng. Cổ tay đeo mấy cái vòng hạt cườm to, màu đen. Chân mang dép. Miệng luôn cười. Nhìn chung Béc có một khuôn mặt rất hiền tuy điệu bộ có vẻ ngông nghênh, bụi đời.

Thịnh từ Mỹ về với một xe tắc xi nào va-li, xách tay, máy quay phim, máy ảnh lỉnh kỉnh. Béc chỉ mỗi cái xắc mang vai. Béc chào mẹ, chào mọi người, thở ra, nhìn quanh khói hương.

Mẹ bảo:

- Chỉ chờ mỗi con thôi, là đứa con sau cùng. Béc, con rửa mặt thay áo quần, bước lên nhìn mặt bố lần cuối đi.

Béc nói:

- Con không muốn nhìn bố trong quan tài. Hãy dành cho quá khứ một cõi riêng.

Mẹ bảo:

- Lấy cái nón trên đầu ra, trước khi lạy. Phải biết tôn kính chớ.

Béc nói nhỏ:

- Đầu con còn sơn đỏ sơn vàng, mẹ thông cảm.

Béc tay cầm nén nhang, cách vái lạy vụng về. Cậu chỉ lạy bố một lạy. Bà mẹ bảo lạy áo quan là như lạy người còn sống, con phải lạy hai lạy. Béc trả lời một lạy cũng như nghìn lạy.

Xong, Béc nói:

- Kiếm cái gì ăn, con đói bụng quá.

**

Béc vào phòng thăm chị. Thịnh ngồi cái ghế bành. Béc nhảy phóc lên giường nói với Ong Con, "Chị co người lại cho em ngồi xem nào".

Ong Con ngồi nhổm dậy, chừa một góc giường cho Béc ngồi. Ong Con nhìn em nói, cái thằng này ăn chi to như voi, ngồi chật cả giường.

Cậu ta nhìn chị, nhận xét:

- Gái kén chồng mau già.

Nhìn Thịnh, Béc cười nói thân mật:

- Nhà tư bản thì mặt mày mình mẩy mau giống ông Địa.

Thịnh bỗng nghiêm sắc mặt bảo Béc:

- Mày lấy cái nón da bò chụp trên đầu xuống cho tao xem nào?

Thấy tình thế gay cấn, Ong Con đằng hắng, nói trống:

- Mỗi con người đều có quyền tự do lựa chọn, đều bình đẳng trước pháp luật à nhá!

Thịnh nhìn Béc gắt gỏng:

- Ai lo cho mày đi sang Úc du học bao năm? Ai cho phép mày cạo trọc tóc, sơn cờ vàng ba sọc đỏ lên đầu đi biểu tình chống chế độ? Cái vàng vàng đỏ đỏ đó là lý tưởng đội đầu của mày há?

Cả Thịnh lẫn Ong Con kinh ngạc khi nghe Béc đáp trả tỉnh queo:

- Xứ ta đã từng có tuyên ngôn Độc lập về quyền tự do, bình đẳng nơi mỗi con người. Sống dưới bầu trời phải biết tôn trọng sự lựa chọn của người khác. Hiến pháp có quy định rõ thế nào là nhân quyền. Không cố mà thể hiện cái quyền tự do, dù ban phát trên giấy tờ, là ta tóm lấy cái thiệt thòi.

Thịnh bị xối nước lã bất ngờ, hơi lúng túng nhưng rồi nhanh chóng vặn hỏi:

- Vậy là có thứ tự do nổi loạn ư?

Béc nhìn thẳng vào mặt Thịnh trả lời:

- Có. Phá ngục tù, đòi tự do ở Pháp, 1789. Phong trào chống sưu thuế ở Quảng Nam 1907 thời thực dân Pháp đô hộ. Tất cả có là nổi loạn không? Cách mạng nào chẳng khởi đầu bằng nổi dậy. Nhà ái quốc nào không biểu thị thái độ ít nhất là một biểu hiện chống đối. Khi một thể chế lỗi thời, áp bức, bất công, một cường quyền tàn bạo, lừa mị dân chúng, lấy giả thay thật, thì dân chúng phải cúi đầu cam chịu, mới thuận đạo làm người hay sao?

Thịnh trong lòng kinh hãi. Nhưng dòng máu anh có cái gen lý luận để trấn áp đối phương, để hợp pháp hóa tạm thời cái sai lầm của mình. Thịnh gắt:

- Mày là thằng nhóc con. Thiếu cái nhìn hợp logic. Thời buổi này mà cờ này cờ nọ cái thế quái gì? Đó chỉ còn là cái biểu tượng bên ngoài. Mọi cái đã được thay vỏ đổi ruột cả rồi. Chả Cộng mà cũng chẳng Trừ. Đây mới là một xứ sở tự do. Nhìn tao đây này, tao có thể kinh doanh, làm giàu, đi Pháp đi Mỹ lúc nào thì đi. Ai cấm tao nói tiếng Pháp tiếng Mỹ? Ai cấm tao giao du, kết bè, ôm nựng tư bản? Ai cấm tao ăn fastfood uống rượu Tây. Tự do nào bằng.

Hình như trong sâu thẳm tâm can của Thịnh còn sót vài cây đinh lý tưởng cồn cào. Anh bỗng thở ra, và nhìn cái sân sau biệt thự đầy bóng nắng. Anh như thầm mong toàn nhân loại hiểu cái thế đứng phải đương-nhiên-mất-phương-hướng của riêng anh và thế hệ của anh. Mong trời rộng sông dài cảm thông cái nỗi chè ngọt lý tưởng phải nêm thêm vài con mắm tanh mặn tư bản. Thịnh hạ giọng:

- Béc à, phải biết thời nào nên trưng ra cái nhãn hiệu nào. Phải biết trú ẩn trong cái nhãn hiệu nào là an toàn. Phải đổi màu cho hợp thời trang. Sang Úc sang Mỹ thì phải cố sống, ngoan ngoan, êm ả để trở thành công dân Mỹ, Úc.

- Thế hà…

- Tao nhắc lại, tất cả chỉ còn là Cái-tên-gọi, cái nhãn hiệu phơ phất. Tao nói thật, có thể treo lá cờ hiệu xứ nào cũng được, miễn làm sao tao có nhiều tiền, được nhiều thế lực yểm trợ, để công ty phát triển bền vững, sản xuất nhiều hàng hóa, thu nhập nhiều lợi nhuận, làm giàu hợp pháp, đừng để bề trên làm khó, bảo đảm hàng hóa tốt cho khách hàng, lương công nhân đầy đủ. Thế thôi. Béc, mày phải hiểu.

Ong Con đang co người bụm hai cái lỗ tai.

- Béc à, chớ làm thiêu thân. Hãy nhớ tùy cái tình thế, mà xoay chuyển sao cho phù hợp. Vấn đề cốt lõi là sinh tồn. – Thịnh nhắc lại.

Ong Con đằng hắng hỏi mỉa:

- Anh Thịnh, anh có muốn em thêm vào menu tự do của anh vài món quan trọng, món trung tâm không?

- Cái gì, món nào?

- Tắc kè chiên bơ. Tắc kè xào lăn, tắc kè lẩu. Và cách sống tắc kè, mất gốc, nhanh chóng đổi màu để duy trì sinh tồn theo môi trường.

Ong Con đẩy cửa bước vội ra ngoài. Béc hỏi chị đi đâu. Ong Con nói tao đi lấy cục bông gòn tao nhét.

Béc bước nhanh theo chị, trước lúc đóng sập cửa lại, Béc nói: "Anh Thịnh, anh sẽ lên thiên đường với bộ xương con thằn lằn".

IV

Bà mẹ cảm thấy cần trao đổi một đôi điều với Ong Con, cô con gái rượu. Bà thương yêu nó nhất nhưng bà hoàn toàn bất lực trước sự rạn vỡ vô phương hướng của gia đình.

Thi hài Cha chưa được chôn cất. Còn nằm đó như một như một điều kiện răn đe, là chúng mày hãy biết nhường nhịn, chỗ ruột thịt. Nhưng mọi việc nơi này cứ bầy hầy bừa phứa những bãi rác hữu hình buồn nôn, cùng những cõi rác vô hình bàng bạc tâm não người.

Trong quán nước. Bà mẹ gọi ly cam vắt. Ong Con nói con phải uống một cái gì khác mẹ chứ, cà phê mẹ nhé.

Bà mẹ tâm sự, giọng đầm ấm nhưng đượm buồn:

"Con gái ạ, từ lâu mẹ cảm ra là gia đình chúng ta có lắm điều không ổn. Những bất ổn này rất phức tạp, bung xung. Mỗi thế hệ một trời tâm sự. Đó là quyền hành xử riêng, mỗi. Nhưng sự xung đột có bề lan rộng, mất phương hướng. Một phần do tình hình xã hội quá bệ rạc, một phần do cái cốt lõi, cái chân thiện uyên nguyên nơi mỗi con người, là điều kiện để mọi người ngồi lại cùng nhau, đã bị tàn hủy.

"Người ta từ ngoài nhìn vào cái biệt thự to lớn kín cổng cao tường của chúng ta ai cũng nghĩ nó biểu trưng cho quyền uy, giàu sang, cao cấp của trí thức. Thật ra, nó chứa đầy đủ bên trong là sự ngột ngạt, suy đồi, rã tan. Trong đó có sự đối kháng giữa các con và đấng sinh thành. Sự đối kháng đến đoạn tuyệt tình cha con này lấn sang phạm trù của nhân luân. Nó nhắc nhở một sự phá sản tâm linh".

Ong Con nhẹ nhàng ngăn lời mẹ:

- Mẹ ạ, trước khi nghe mẹ tiếp tục câu chuyện, con xin mẹ cho phép con hỏi điều này. Nó rất thừa nhưng phải được rõ ràng.

- Con muốn hỏi điều gì thì cứ hỏi, nhưng tuyệt không cho phép gắt gỏng. Không cho phép con mở đường đến chỗ chia lìa.

- Mà mẹ có chịu trả lời cho con không, dù bất cứ câu hỏi dưới dạng nào.

- Cứ hỏi đi.

Ong-Con-còn-đầy-đủ-bàn-tay-năm-ngón chậm rãi ngụm một chút cà phê. Cô nhìn mẹ, thầm cảm ơn qua một nụ cười.

Cô chậm rãi:

- Mẹ hà, lý lịch của mẹ thì con thuộc nằm lòng. Nhưng đó là con đọc trên giấy tờ khai sinh. Bây giờ con xin phép hỏi thật mẹ, muốn được nghe từ chính mẹ trả lời.

- Cái gì đây. Lại gài bẫy chuyện gì đây Ong Con? Mày thông minh không bằng mẹ mày đâu.

- Làm sao con có thể tàn nhẫn với mẹ. Nhưng thế này, con xin phép hỏi là mẹ… chào đời năm nào?

- 1954.

- Bố tóm mẹ, à không, con xin lỗi, bố cưới một giai nhân là mẹ vào năm nào?

- 1975. À này, mày làm hình sự xét hỏi hả Ong Con?

Ong Con cười, tiếp:

- Chưa đâu mẹ. Vậy con chào đời thời nào?

- Đương nhiên là sau 1975. Thời kỳ dân chúng xếp hàng chờ khoai với muối.

- Mẹ là người Miền Nam?

- Con khùng. Đương nhiên.

- Mẹ từng là hoa khôi?

- Nói ra thêm xấu hổ.

- Nghe rằng mẹ có vào đại học, ngành văn chương triết học?

- Cái học, cái bằng cấp là một yếu tố quan trọng, nhưng nó không hoàn toàn là bảo đảm nhân cách một con người.

Bà mẹ hỏi Ong Con thấm vấn đã xong chưa?

Ong Con xin phép mẹ, cô bước ra ngoài. Cô đi lại nhìn quanh cái hồ cá, những chùm hoa giả đỏ màu. Cô ra hẳn ngoài vườn, cô nhìn cái bóng mình thu nhỏ, đen đậm hơn, vì trời đã về trưa.

**

Cô đứng dưới bóng nắng khá lâu. Chìa bàn tay năm ngón đầy đủ, nhìn cái bóng năm chia trên nền gạch của lối đi. Máu thịt tôi đây. Năm ngón hình sao, bố tượng hình ra con đây. Ong Con nhìn vào trong thấy mẹ ngồi tay chống cắm, trầm tư. Buồn quá đỗi, cô muốn để mẹ một mình, muốn tức khắc giã từ cái thành phố mới mấy hôm trước cô đành lòng trở lại vì tin cha qua đời.

Sau cùng Ong Con trở vào. Cô muốn thanh toán lần cuối cùng cái bóng đen ám ảnh. Cô thở dài, nói, "Chán quá mẹ ôi. Mẹ, con muốn uống một cốc bia". Bà mẹ gọi bia cho con gái. Mày hư rồi con gái ạ, mày phải là "thằng" mới đúng.

Trời sài-gòn-hạ nửa đỏ nửa vàng. Hình như trong nắng có lở lói.

Đường phố đang bị kẹt xe. Chen chúc, hỗn loạn. Mỗi người đội một nón bảo hiểm. Một rừng nón nhựa tròn din trên mỗi đầu người. Lênh láng một dòng sông-đầu-trôi. Xứ Đầu Nhựa.

Ong Con nhìn mẹ. Mẹ gầy. Mẹ hao hụt.

Ong Con nói trong mở âm thanh oán tiếc. Như hoang mơ:

"Mẹ chào đời 1954, bị bố tóm gọn 1975. Vậy là mẹ đã có được 21 năm đời con gái. Được mơ mộng, tự do, thanh xuân, được yêu đương, học hành đúng nghĩa học hành. Có thể mẹ đã yêu một ai trước khi về với bố. Một-Ai ấy, không là hoang đường. Mẹ hạnh phúc hai mươi mốt năm, dù có xảy ra thế nào ở cuộc đời sau.

"Mẹ hà, vậy mẹ may mắn hơn con nhiều. Mẹ có hai mươi mốt năm chính mẹ. Trong khi, '*Con vừa chào đời là thấy Ổng – gọi rằng Cha – đứng chần dần ngay ở đầu nôi*'".

Bà Mẹ, cố lặng im, ém trong bụng một cái thở dài, gắng nghe con gái tả oán. Ong Con tiếp:

"Biết bò biết đứng biết đi, biết nói biết học biết cãi cọ, biết nhận ra đúng sai, biết ngọt đắng, chao ôi, chung quanh con, con người bỗng hóa ra gió ra mưa. Xã hội bao trùm con một bầu đặc sệt những mùi. Rỗng và lạnh ớn. Nó bắt con buồn nôn. Con không có may mắn như mẹ, hai mươi mốt năm đầm ấm trong nỗi nhớ riêng mình, đẹp đẽ trong ý nghĩ về tính cách con người chung quanh".

Bà mẹ thực sự bàng hoàng.

Bà không ngờ nỗi buồn của con gái rộng lớn, thoát ra ngoài những vụn vặt. Đó là nỗi buồn của tâm linh nhắc nhở. Muốn rửa sạch nó chăng? Rất khó mà làm thanh tao những vẩn đục có tự suối nguồn.

Bà ngắt lời con gái:

"Ong Con hà, con có thể suy nghĩ khác hơn không. Con nhầm lẫn giữa lịch sử với con người trong lịch sử. Đôi khi con người bất lực trước thời cuộc. Nhưng thời cuộc lại hành xử con người một cách oan nghiệt. Nó xé toang, bôi đen phận người.

"Con ạ, bố của con cũng chỉ là một nạn nhân. Mà chính cái Xứ sở này là nạn nhân, cho cái trò chơi thời đại. Mẹ nói rằng *xứ sở* chứ mẹ không dùng cái từ *dân tộc*. Bởi trên/trong/giữa hình chữ S này, cộng sinh không chỉ một dân tộc Kinh. Bởi, bao chục năm qua, cây trên rừng, chim trong tổ, mạch nước ngầm trong đất đều chung chịu sự phân ly, tàn hoại, hủy diệt, vừa của Đạn-bom-tiếng-nổ, lẫn Đạn-bom-của-Lời. Ngôn ngữ nó giết người hàng loạt.

Ong Con nói buồn bã:

"Mẹ ạ, con xin lỗi, con nghĩ khác hơn. Có một dạng "con người", những bầy đàn tham dự, là yếu tố bôi đen lịch sử.

Bà mẹ bình thản hơn:

"Ong Con ạ, con lầm rồi. Con bị đóng kín trong nỗi hận đời của tuổi trẻ hôm nay. Con chưa thể hiểu ra một phần lịch sử bị ai đó manh tâm viết khác đi. *Con chê trách nhân cách cha ông, khi cha ông từng bị cái hệ thống gai thép tàn độc kia bách hại, đến không còn một khe hở, để mỗi con người trong họ, có điều kiện thể hiện nhân cách riêng mình.*

- Con người! Là ai vậy mẹ?

- Là một/mỗi Vô Danh trong bầy đàn. Nhưng mỗi/một vô danh ấy là mỗi nhân phận của chung một thời sử. Thay vì Đáng sống, họ phải Đành lòng sống.

**

Câu chuyện bị gián đoạn vì bà mẹ mở điện thoại cầm tay. Béc gọi, *"Mẹ ơi mẹ về gấp, quan tài bố bị xì hơi".*

Ong Con nói, Trước khi về lo cho mùi áo quan, mẹ nên dạy con cho hết lời đi, mẹ.

Bà mẹ hiền từ và nhẫn nại, không lưu ý đến cách mỉa mai của con, bà chậm rãi:

"Ong Con ơi, con đâu biết những lời mẹ nói ra ở trên đây cũng chính là tâm sự mà bố con từng dành riêng cho mẹ những đêm trằn trọc. Những đêm sâu khó tìm được giấc ngủ trong một Sài gòn mà gạch đá cũng lên tiếng đau.

"Mẹ nghĩ, nếu bố con có tài cầm bút, cuối đời nhìn lại, ông có thể đã viết di cảo, những trần tình, phản tỉnh cuối đời, như bao người có tâm huyết.

"Con phải hiểu, trong chiều tà một đời người, lúc phải viết di cảo để sửa sai chính mình, để phá đổ, để chối từ những cái trước kia được gọi là vinh quang, lúc ấy là cuộc đối diện với lương tri khó khăn lắm. Là cuộc ứa máu. Cuộc liều mình lấy dao rọc máu cứu mình.

"Ong Con ơi, cuộc đời mà phải dùng đến văn chương chữ nghĩa làm bột giặt để tắm gội lương tâm, thì cũng đau. Mình có khác chi miếng giẻ lau cái tấm thớt máu cuộc cờ một thời của chính mình bày ra. Nhưng ta nên chia sẻ, thương xót, trân trọng các mảnh Di Cảo kia con ạ".

Ong Con yên lặng nghe. Bà mẹ tiếp:

"Con bỏ nhà ra đi quá lâu. Biền biệt tin nhà. Con đâu hiểu ra những đổi thay sâu xa nơi bố mẹ. Con có biết rằng Bố đã khuyên mẹ bán tất cả đất đai ở Bình Dương Bà Rịa để làm từ thiện. Bao nhiêu trẻ em lang thang đói khổ, bệnh tật suy dinh dưỡng, hàng nghìn những thân phận già nua cô độc, dở sống dở chết trên mỗi góc đường. Biết bao làng thôn xa cách thị thành thiếu cơm thiếu áo, thiếu bệnh viện thuốc men. Giờ đây, xứ sở này mới đích thực lộ bày cái phồn vinh giả tạo, cái đạo đức phấn son, nơi tội ác hoành hành không giới cấm, chỗ cuối cùng cho mớ ngôn ngữ tư tưởng rỗn rảng, hô hoán tuyệt vọng để che đậy những hoang mang chờ kết thúc.

"Ong Con ơi, kết thúc này không đẹp như con hổ anh hùng giẫy chết, một cái chết có thật trong

uy nghi của rừng thiêng. Mà là của một con rắn độc cố trút vỏ, cố giữ lại cái ruột rắn, chỉ thay cái vỏ già nua phế thải, một cách trần trụi, ghê tởm và khó khăn. Chính nó lở lói thời thay màu tắc kè, trút vỏ".

Ong Con chừng như bị mẹ chinh phục, được cởi bỏ phần nào cái tâm não bê tông cô từ lâu hình dựng, mục đích che chắn, phản vệ những ô nhiễm đỏ màu máu tanh.

Bà mẹ đánh trận cuối cùng:

"Con à, con có biết bố mẹ đã quy y Phật, đã ăn chay trường. Không là hối lỗi. Mà là tìm chút thanh thản trong tháng ngày còn lại. Chừng như mẹ đây cũng là cái tế bào ung ung, bầy nhầy trong mình mấy con rắn đang khó khăn trút vỏ.

"Ong Con ơi, con nào biết bao nhiêu đêm mẹ đã ngồi dưới đèn khuya mẹ nhặt những mảnh đạn, kim loại vụn từ thân thể của bố con.

"Làn da của bố con già nua, khô và sạm đi. Những mảnh đạn bom ghim vào thuở Trường Sơn, trong dọc đường chống Mỹ. Có thể những anh em bên kia, những con người của Mậu Thân của Suối Máu, của cuộc trường chinh chống Cộng sản, cũng mang trên người những thiên thu thương tích như bố của con.

"Những mảnh đạn bom trên mỗi người chinh chiến, nhiều quá, lẫn lộn trong máu thịt. Lẩn khuất trong tâm não. Tưởng rằng quên, nhưng hãy còn đây. Tiếng nổ đã im vắng trong xa mờ, nhưng nó, những mảnh kim loại đang chờ cơ thể đẩy dần ra. Năm năm, mười năm, một đêm khuya khoắt sờ da thịt, nó trồi ra đây này.

"Mẹ từng bỏ cái mảnh kim loại nhỏ như hạt tấm, trong lòng bàn tay mẹ. Nó nằm trong một cơ thể Bên-này, do một bàn tay bấm cò của Bên-kia. Mẹ soi dưới ánh đèn. Một mảnh lấp lánh linh hồn đôi bên. Nó là cái vệt sáng nhỏ nhoi, như phận người nhỏ nhoi".

Bà mẹ nhặt trong túi áo mình ra một cái túi nhỏ. Rất nhỏ, lụa dày, màu xanh đậm. Bà nói với Ong Con:

"Mẹ trao cho con cái túi này, trong đây là một mảnh đạn lớn và những mảnh vụn từ thân thể của Bố con. Gia sản đây này. Cùng có thể kim loại ấy là máu thịt người. Là chân lý tan tành theo tiếng nổ một thời.

"Mẹ mong con cố gắng chấm dứt những hờn oán. Cái chúng ta cần hôm nay là sự chân thành tha thứ, mở rộng cõi lòng để xóa tan cách biệt, lại gần nhau hai bờ trùng dương. Mỗi con người phải chịu mỗi thiệt thòi, có thể là thiệt thòi to lớn và hận sầu, để làm sao tiến đến gần sự Chung Nhất. Quá khứ đã tím ngắt, tồi tàn như thế, chúng ta phải cố gắng không thể là "Như Thế".

"Ong Con ơi, thù hận, oán hờn một con người sẽ yên nằm trong Đất Mẹ, như Bố của con, là con tự làm nhỏ nhoi chính mình. Hãy để đạo lý cuộc đời chảy trôi, như tự nhiên của nó, như suối trong, như rừng xanh lá…"

Ong Con gục khóc trên mặt bàn. Ong Con nức nở, *"Mẹ ơi, mẹ là trung tâm"*. Bà mẹ ôm cô con gái vào lòng. Bà yên lặng nghe nắng, những vết thương sáng loáng.

V

Còn hai ngày là đưa tang, không ai tìm thấy Ong Con đâu cả.

Nửa khuya, Béc nhận được một cú điện thoại của chị: *"Béc đến gấp bệnh viện C.R. gặp chị. Lầu 2 phòng 207"*.

Béc ngồi trên cái ghế, cạnh giường bệnh. Ong Con thay đổi nhanh quá. Đôi mắt trũng sâu. Da mặt vàng tanh, thiếu máu. Tóc rối bời. Bàn tay trái hình như có gì không bình thường, được băng kín.

Ong Con ngồi lửng. Lưng tựa vào thành giường, đẵng đầu. Giọng hao hụt:

- Chị đã giữ những mảnh đạn của bố trong người này rồi. Em giúp chị, mang cái hộp nhỏ này về. Sáng mai lúc hạ huyệt, lúc mọi người ném hoa và những nắm đất đầu tiên, em thay mặt chị đặt cái hộp nhỏ này xuống mồ. Chị gởi cái này theo bố.

Béc cầm cái hộp nhựa hình khối chữ nhật, rất nhỏ, từ chị trao. Dài chừng bảy phân, được bọc kín giấy màu có hoa văn. Ngoài có thắt nơ dây hồng như hàng quà tặng. Béc lưỡng lự hỏi:

- Chị ơi cái gì trong này?

Ong Con thở khó khăn, nói chậm:

- Em phải thề với chị là em không nên biết cái gì ở trong đó. Không được mở cái gói thiêng này ra xem, là em hay bất cứ là mẹ hay ai. Em thề là em phải tuyệt đối nghe theo lời chị như một lời trối trăn.

- Chị ơi, chớ dại mà trối trăn. Béc than vãn.

Ong Con nghiêm mặt nhắc lại:

- Hãy thề là nhất nhất nghe theo lời chị, Béc, không cần biết trong cái hộp có những gì. Không thắc mắc việc gởi nó theo quan tài của bố, là với dụng ý, mang ý nghĩa gì. Béc, phải làm sao để nó nằm trong mộ của bố. Thành tâm thề đi.

- Em thề.

- Phải là Xin thề.

- Vâng, thưa chị em Xin Thề.

**

Bà mẹ quyết định quàn thi hài chồng tại nhà. Bà từ chối lời đề nghị của một quan chức có thẩm quyền, *"Ông nhà phải được đặt quan tài và cử hành nghi lễ tại Nhà Tang lễ Thành phố. Đó là một vinh dự cho chúng tôi,* mà cũng là một tỏ lòng biết ơn của mọi người đối với ông".

Giờ này, cũng theo quyết định của bà, linh cữu được hạ huyệt trong đất riêng, không đến Nghĩa trang nơi dành cho những người có "công trạng".

Nắng cao. Soi một nửa lòng huyệt. Nửa kia là cái bóng đen của bờ đất.

Thịnh đọc một bài diễn văn ngắn. Người mẹ bắt buộc Thịnh phải viết cực ngắn, không quá hai trăm từ. Bà cự tuyệt ý kiến một quan chức, là bạn của chồng, muốn đại diện đọc một bài thương tiếc trước huyệt mộ. Bà nói, *"Chồng tôi, ông ấy tự biết mình sẽ đi về đâu"*.

Các nhà Sư áo vàng đứng quanh huyệt mộ. Lời kinh tụng hòa trong gió nắng. Có người hỏi, *"Ong Con đâu?"* Có người than vãn, *"Con cái nhà này kinh thật"*. Có người kính phục, *"Đáng quý cho ông lớn này, người đã chống lại, đã từ bỏ những gì một đời, mà bao người hôm nay còn mù mắt tự nhận là quang vinh"*.

Béc mân mê cái hộp trong lòng tay. Lại đưa ngón tay mình ra, đo theo chiều dài của chiếc hộp. Béc nhìn những âm công thả cây đòn dài, xeo nạy để chỉnh sửa quan tài cho ngay ngắn theo hướng mộ. Béc khóc. Béc gọi trong nắng:

"Chị Ong Con ơi, em nhớ cái bàn tay băng kín trắng xóa của chị. Em nhớ cái dấu máu loang màu trên lớp băng vải".

Béc nói với mẹ: "Con nhớ chị Ong Con". Người mẹ lấy khăn lau khóe mắt, nói: "Hãy dành cho bố giờ phút này".

**

Khi quan tài được chỉnh sửa xong, hai âm công đứng hai đầu mộ cầm tờ phướn dài ghi tên họ, tháng ngày sinh tử, lật lên úp xuống, đảo qua lại ba lần. Bà mẹ bóc cái chữ giấy dán, có họ chung trên tờ phướn bỏ ra ngoài. Chỉ chôn cái tên. Không chôn họ hàng. Mọi người nhìn thấy ngoài tên họ, ngày sinh tử, không có chức tước của người nằm trong mộ. Bà nói:

"Ông như một đứa bé nằm nôi. Chỉ cộng thêm mấy chục năm lưu lạc, lấm bụi trần trên Cõi đời mà thôi. Mong Ông thanh thản Ra Đi".

Đầu tiên là những cành hoa huệ, những nắm đất vĩnh biệt được ném xuống nắp quan tài.

Béc cầm cái hộp giấy màu, lưỡng lự mãi. Hai lần định ném xuống nắp áo quan như người ta ném hoa, đất. Sau cùng Béc khó khăn bước hẳn xuống lòng mộ. Trong nắng bụi, anh nghiêm chỉnh đặt cái hộp nhỏ nằm ngay ngắn trên nắp quan tài, chính giữa, dọc theo cái thế nằm của cha mình. Béc mường tượng bố sẽ nhìn thấy cái hộp. *"Cha sẽ mở mắt và nhìn thấy những gì trong lòng cái hộp này".*

Có người thấy lạ, lại hỏi, *"Sao lại chôn theo một cái quan tài nhỏ".*

Trong lúc các sư tụng kinh trầm bổng tiễn đưa, một sư áo vàng cầm cái hoa nhúng vào chung nước trong. Sư đi quanh huyệt mộ đang dần dà được lấp đất rảy những giọt nước thiêng xuống lòng huyệt.

Béc bước lên. Anh quay mặt xuống quan tài cha làm dấu thánh giá. Trong một tích tắc, Béc tháo cây thánh giá kim loại sáng trên ngực thả xuống mộ.

Thịnh gắt nhỏ vào tai Béc:

"Mày làm cái trò gì thế. Sao mà bỏ thánh giá vào mộ người đạo Phật?"

Béc nói chậm rãi:

"Ít ra là đa nguyên niềm tin. Tôi gởi theo bố cái Tôi Chí Nguyện".

Béc một mình quay lại. Đi bộ dọc con đường khô. Có tiếng gà trưa.

Anh ngồi vào băng sau, xe mười bốn chỗ ngồi chưa có ai ngồi.

Trong im vắng, Béc đợi chuyến đưa tang trở về.

Đồng Ông Cộ 2008

TÁC GIẢ VÀ TÁC PHẨM

Cung Tích Biền
(Nhiếp ảnh gia MPK - 1997)

TÁC GIẢ:

Tên thật Trần Ngọc Thao, sinh ngày 8 tháng 2 năm 1937, khai sinh ghi 1938, tại làng Văn An, Thăng Bình, Quảng Nam.

- 1937-1945, sống chín năm thời Pháp thuộc, Triều Nguyễn, Vua Bảo Đại.

- 1945-1954, chín năm trong vùng Kháng chiến Việt-Pháp, Liên khu V, do Việt Minh kiểm soát.

- 1954-1975, hai mươi mốt năm Việt Nam Cộng Hòa.

- 1975-2016, bốn mươi mốt năm dưới chế độ Cộng sản.

- Tháng 10-2016, qua Mỹ sống tiếp.

**

- Đã học Tiểu, Trung, Đại học.

- 1961 dạy Anh văn và Việt văn tại các trường trung học tại Quảng Nam.

- 1963 động viên vào trường Võ Bị Thủ Đức, khóa 17. Tốt nghiệp Trường Sĩ quan Hành chánh Tài chánh khóa 10, thuộc Bộ Quốc phòng Quân lực Việt Nam Cộng Hòa.

- 1964. Vì lý do chính trị, bị chính quyền Tướng Nguyễn Khánh chỉ định cư trú tại Miền Tây, cách ly Miền Trung, thời hạn bốn năm [1964-1968].

- 1964-1969 phục vụ qua các đơn vị 211 Pháo Binh, Sư đoàn 21 Bộ binh [Bạc Liêu], Trung đoàn 10 Thiết giáp [Đức Hòa] Tiểu đoàn 251 Pháo Binh, Sư đoàn 25 Bộ Binh [Tây Ninh].

- 1970 giảng viên Trường Sĩ quan Hành chánh, Sàigòn.

- 1972 lập gia đình cùng Hoàng Thị Kim. Hiện sống tại California, Mỹ.

- 1973, giải ngũ cấp bậc Đại úy. Giáo sư Thỉnh giảng Viện Đại học Cộng Đồng Quảng Đà, Đà Nẵng.

- Sau 30 tháng 4-1975, vào trại Cải tạo ngắn ngày theo quy chế sĩ quan giải ngũ. Sống lây lất bằng đủ thứ nghề. Đạp xe ba gác, chạy xe ôm, làm cu ly bốc vác, thợ mây tre lá, thợ sơn mài. Năm 1982 tạm ổn định nhờ vợ buôn bán sơn mài. Nhiều thập niên làm thân chùm gởi trong gia đình, được vợ và các con ân cần nuôi dưỡng, rất mực đầy đủ.

**

Nghề và nghiệp trọn đời: Viết văn.

Là một Nhà văn Độc lập. Suốt một đời cầm bút, tới nay đã trên 60 năm, qua nhiều chế độ, dân sự cũng như quân đội, không tham gia/dự bất cứ một nhóm, một thi văn đoàn nào; không hề là hội viên của bất cứ hội Văn bút [PEN Club], hoặc hội Nhà văn nào, từ trung ương tới địa phương, trước cũng như sau 1975, trong cũng như ngoài nước.

Khởi nghiệp rất sớm. Có truyện và thơ đăng trên các báo từ 1956, với nhiều bút hiệu lúc ban đầu [Chương Dương, Việt Điểu, Uyên Linh] trước khi có bút hiệu Cung Tích Biền.

Với những bút hiệu này, đã đoạt được vài giải thưởng tí hon. Giải truyện ngắn ở Quảng Nam, 1958, giải thưởng thơ trường Quốc học Huế. Năm 1960, phụ trách một chương trình thơ, có tên *Con Tàu Thi Ca,* Đài phát thanh Huế.

**

Bút hiệu Cung Tích Biền xuất hiện lần đầu tiên trên tuần báo Nghệ Thuật, tháng 3-1966, tại Sàigòn, với truyện ngắn *Ngoại ô, Dĩ An và Linh hồn Tôi.*

Truyện này được viết tại Bạc Liêu tháng 11-1965. Tháng 3-1965 quân đội Mỹ đổ bộ lên Cảng biển Đà Nẵng, trực tiếp tham chiến vào chiến trường Việt Nam.

Có truyện đăng trên hầu hết các nhật báo, tuần báo, tập san văn học nghệ thuật có giá trị, trước và sau 1975, trong và ngoài nước, cả trên các trang web văn học. Có tác phẩm dịch sang Anh và Pháp ngữ.

Có rất nhiều sách, truyện ngắn truyện dài, đã in, đã phát hành từ những năm của thập niên 60 tại Miền Nam thế kỷ trước, tới sách đang in, sẽ in, phát hành tại Mỹ trong thế kỷ này.

Tác giả hiện định cư tại Midway City, Orange County, California.

**

I- Tác phẩm đã in:

- Ai Tỉnh Ai Điên *[tân truyện 1968]*
- Nỗi Buồn Thắp Sáng *[truyện ngắn, 1969]*
- Cõi Ngoài *[truyện ngắn, 1969]*
- Hòa Bình Nàng Tình Rỗng *[tiểu thuyết, 1970]*
- Chim Cánh Cụt *[tiểu thuyết, 1990]*
- Một Thời Lưu Lạc *[tiểu thuyết, 1990]*
- Tình Yêu Mùa Ảo Ảnh *[tiểu thuyết, 1991]*
- Thằng Bắt Quỷ *[truyện ngắn, Tân Thư xb, USA 1993]*
- En Traversant Le Fleuve *[Edition Philippe Picquier, Paris 1994, bản dịch* Qua Sông *của Phan Huy Đường]*
- Đành Lòng Sống Trong Phòng Đợi Của Lịch Sử *[2015]*
- Xứ Động Vật *[tân truyện 2018]*
- Mùa Xuân Cô Mơ Bay *[2019]*
- Thằng Bắt Quỷ *[tái bản - 2021]*
- Nhạc Điệu Của Bầy Ong *[2021]*
- Đành Lòng Sống Trong Phòng Đợi Của Lịch Sử - *Bản mới, thêm nội dung [2021]*
- Một thời nên vắng mặt *[2021]*
- Khí hậu Cộng Hòa [Bạch Hóa] - *2021*

II- Tác phẩm in chui:

Năm 2007, khi còn ở trong nước, dưới sự kiểm duyệt gắt gao, hạn chế quyền tự do in ấn, Tác giả đã chủ trương nhà xuất bản Một Mình, tự in ấn và phát hành, những tác phẩm của chính Tác giả không thông qua sự kiểm duyệt của nhà nước XHCN. Sách do Nhà xuất bản Một Mình có từ 2007, đã in:

- Bạch Hóa *[2007, tập truyện]* • Nhạc Điệu Của Bầy Ong *[2008, tập truyện]* • Xứ Động Vật *[2009, Tân truyện]* • Thằng Bắt Quỷ *[2010, tái bản tại VN]* • Mùa Xuân Cô Mơ Bay *[2011, tập truyện]* • Khí Hậu Cộng Hòa *[2014 - tập truyện]* • Toàn Tập I, Số Đặc biệt Văn chương Cung Tích Biền *[2009 www. Damau.org]* • Cung Tích Biền Toàn Tập II *[2010, truyện ngắn]* • Cung Tích Biền Toàn tập III *[2011, truyện ngắn,]* • Cung Tích Biền Toàn Tập IV *[2012, truyện ngắn,]* • Toàn Tập V, Mùa Hạ *[truyện dài, đã đăng 194 kỳ trên Nhật báo Người Việt, California 2012, in thành sách tại VN, 2014].*

III- Tác phẩm in chung:

- Trên Ngọn Lửa *[Hoàng Đông Phương 1971]*
- Bạch Hóa *[Những Truyện Ngắn Hay Nhất Của Quê Hương Chúng Ta, 1974]*
- Thằng Bắt Quỷ *[Tổng Tập Truyện Ngắn VN Thế Kỷ XX, Hà Nội 2001]*
- Đêm Hoang Tưởng *[Văn Học, Hà Nội 2004].*
- Qua Sông *[30 năm Tạp chí Sông Hương]*
- Thằng Bắt Quỷ *[Tuyển tập 44 năm Văn chương Hải ngoại - Hoa Kỳ 2019]*

IV- Vài ngoại chú:

Hiện các tác phẩm của Cung Tích Biền sáng tác trước 1975, và một số lớn sáng tác sau 1975, đang bị cấm sưu tập, in ấn, lưu hành tại Việt Nam. Do hoàn cảnh, hãy còn một số lớn các tác phẩm của tác giả [truyện ngắn, truyện vừa] đã đăng rải rác khắp nơi chưa thể được sưu tập đầy đủ.

Trước 1975, Tác giả đã từng viết tiểu thuyết đăng thường ngày [feuilleton] nhiều năm, trên nhiều nhật báo, *Hòa Bình, Độc Lập, Điện Tín, Đông Phương* [không kể các nhật báo *Dân Chúng, Da Vàng, Sóng Thần*]. Rất nhiều tác phẩm [feuilleton] đã hoàn thành, tới nay chưa hề xuất bản tác phẩm nào.

Một số tác phẩm đáng ra phải xuất bản trước 1975, nhưng do nhiều lý do thời cuộc, đến nay vẫn chưa. Các tiểu thuyết *Luống Cải Vàng, Bên Dòng Nước Biếc, Nỗi Lòng người Phương Đông*... [Tuần báo *Đời,*] *Những Bọ Và Rắn* [tạp chí *Quần Chúng*] *Trường Giang* [Tuần báo *Khởi Hành*].

Một số tác phẩm thời kỳ in giấy, nay xem như tuyệt bản tại Việt Nam, do đại nạn thu gom đốt bỏ, sau tháng Tư, 1975 của chế độ Hà Nội.

THAY LỜI BẠT

Chân dung Cung Tích Biền
(Nhiếp ảnh gia Cao Lĩnh - 1973)

CUNG TÍCH BIỀN: OAN KHIÊN, VẪN KHÔNG LỖI HẸN VỚI CHỮ, NGHĨA.

Du Tử Lê

Tôi vẫn nghĩ con người là con vật bị ngộ nhận. Chẳng những bị ngộ nhận bởi xã hội mà, con người còn là nạn nhân hay "con tin" của những oan khuất, do bẫy sập của định mệnh giăng ra, hay từ những giây phút bốc đồng, mê sảng…

Tôi nghĩ bất cứ ai trong hành trình đời thường, ít hay nhiều, già hay trẻ cũng đều có những oan khiên mà, ánh sáng của các đấng thánh thần, không thể soi sáng, hầu khu trừ hay, giải tỏa phần nào những "oan sai" đó.

Khác chăng, với những người bình thường hoặc tên tuổi quá nhỏ khiến ngọn-lửa-dư-luận-phẫn-nộ không đủ sức thiêu rụi… Ngược lại, những tên tuổi càng lớn, càng phổ cập bao nhiêu thì, oan khiên của họ, càng bị dư luận săm soi, in đậm dấu chàm trên trán – Như cái giá phải trả cho sự nổi tiếng ấy.

Biến cố tháng 4-1975, tới hôm nay, dù đã 40 năm trôi qua, điều đó không có nghĩa những oan khiên bất ngờ, hay sự ngỗ nghịch, đành hanh của định mệnh tìm đến và ở lại, nơi một số văn nghệ sĩ của miền Nam, đã nhạt phai. Nó vẫn còn đó! Ở đó! Như một tai họa. Như chiếc bóng oan khuất của một vài nhà văn (nói chung) miền Nam.

Đối đầu với bi kịch riêng của đời mình, mỗi nhà văn chọn cho mình một tâm thái khác nhau. Người thì viết sách, giải thích, phủ nhận, nguyền rủa những ai chỉ tay vào vết chàm (đúng / sai?) trên trán họ. Người thì chọn thái độ im lặng. Cho tới khi hoàn cảnh cho phép… Họ cũng lên tiếng giải oan cho mình, nhưng một cách nhẹ nhàng, chân thành, như thể họ đã ăn ở quen lâu với chiếc bóng thứ hai, chiếc bóng oan-khuất một đời của mình.

Sự kiện này, phần nào, cũng nói lên bản lĩnh, đởm lược của nhà văn đó.

   Thay Lời Bạt • DU TỬ LÊ

Một trong những nhà văn bị định mệnh lùa sâu vào cơn hốt hoảng tháng 4-1975, chọn thái độ chấp nhận lặng lẽ kia, theo tôi là nhà văn Cung Tích Biền.

**

Mặc Lâm phóng viên của đài RFA trong một cuộc phỏng vấn nhà văn Cung Tích Biền hồi tháng 7 năm 2008, ghi lại như sau:

"Nhà văn Cung Tích Biền tên thật Trần Ngọc Thao, sinh năm 1937 tại Thăng Bình, Quảng Nam. Từ 1970 là giảng viên Trường Sĩ Quan Hành Chánh Sài Gòn. Ông giải ngũ năm 1973 với cấp bậc Đại *Úy*. Sau đó làm Giáo Sư Thỉnh Giảng Viện Đại Học Cộng Đồng Quảng Đà, Đà Nẵng…

"Bút hiệu Cung Tích Biền xuất hiện lần đầu tiên trên tuần báo Nghệ Thuật tháng 3-1966 tại Sàigòn, với truyện ngắn *Ngoại Ô Dĩ An* và *Linh Hồn Tôi.*

"Nhanh chóng có truyện đăng trên hầu hết các nhật báo, tuần báo, tập san văn học nghệ thuật có giá trị, trước và sau 1975, trong và ngoài nước. Cung Tích Biền đang sống tại Đồng Ông Cộ, Sài Gòn, Việt Nam…" (Nguồn Wikipedia-Mở)

Ở phút nói thật này, Cung Tích Biền / Trần Ngọc Thao tiết lộ, ông từng có 9 năm sống trong vùng kháng chiến và, so sánh giữa hai thể chế:

"… Tôi đã từng sống 9 năm trong vùng kháng chiến và chính trong thời kháng chiến tôi cũng đi đánh đàn đánh nhạc, sống trong cái tâm trạng vui của tuổi trẻ, nhưng mà sau này nhìn lại tôi thấy như một giấc mộng vậy đó. Thành ra tôi ở cái ranh giới khó về lắm chứ không phải tôi sống hoàn toàn trong vùng quốc gia.

"Sau này sống trong vùng quốc gia thì vừa trưởng thành vừa được dịp đi học, được mở rộng, được đi học thì mình được tiếp cận với một thế giới khác hơn.

"Cuộc chiến bắt đầu thì tôi lại lâm vào đó, tôi phải đi lính trong quân đội cũ, rồi mình cũng phải tham dự vào những chuyện gọi là lý tưởng thì cũng không hoàn toàn phải là của lý tưởng, thất vọng thì hoàn toàn cũng không phải là thất vọng, bởi vì hồi đó chính quyền Miền Nam có cái dung dưỡng được mình và mình cũng sống trong môi trường tương đối tự do: tự do viết, tự do sáng tạo, tự do in ấn.

"Rồi ngay trong đời sống quân đội, dù có đi lính đi nữa thì cũng có cái thoải mái của quân đội. Thật sự chế độ cũ cũng có vài cái mà có lẽ mình cũng không nên bàn vì anh em cũ họ cũng có thấy cái đó. Anh em ở chiến trường họ cũng thấy những cái vướng mắc, những cái u bướu trong một chế độ, chứ thật sự 20 năm, 21 năm miền Nam cũng có cái rất vui, có những cái hạnh ngộ, có những đau buồn…" (Nđd)

Khi được hỏi về "Bạch Hóa", một trong những truyện ngắn nổi tiếng viết trước thời điểm tháng 4-1975, họ Trần kể:

"… Tôi luôn luôn nghĩ cũng như anh em hồi đó sống trong khói lửa ai cũng mơ một đất nước thống nhất và hoà bình. Đó là cái giấc mơ chung, ước mơ chung, bởi vì thật sự không ai kham nổi cuộc chiến mà nó vượt sự phi lý, một cuộc nội chiến khó giải thích về cái điểm vô luân của nó như tôi viết trong *Bạch Hoá.*

"Thành ra cái khao khát thật sự hồi đó là mong được hoà bình và đất nước thống nhất, rồi sau đó cái gì sẽ tính sau, bên nào cũng được nhưng mà phải ngưng tiếng súng cho bớt đổ máu, cho hoà bình, đất nước một nhà.

"Nhưng cái thống nhất một nhà này là do của Hà Nội chứ không phải của Sài Gòn thành ra chúng tôi lại cũng gặp thêm một khổ nạn nữa, bởi vì bất cứ ở đâu thì chúng tôi cũng là người trong hàng ngũ chiến bại, không đầu hàng cũng bắt buộc phải buông súng…" (Nđd)

**

Họ Trần cũng cho biết từ năm 1975 tới năm 1987 ông không viết gì cả. Mười hai năm sau, ông mới viết lại. Trong số những truyện đầu tiên "hồi sinh" bút hiệu Cung Tích Biền của họ Trần, có những truyện "Dị mộng", rồi "Qua sông", Thằng bắt quỷ"… Số truyện này, sau đó được nhà XB Tân Thư của họa sĩ Khánh Trường, Hoa Kỳ, ấn hành với tựa đề "Thằng bắt quỷ", Cali, 1993.

Thời gian nhà văn Cung Tích Biền và giới văn nghệ sĩ miền Nam, gặp khổ nạn, như ông nói, cũng là thời gian oan khiên lớn, đã tìm đến, ở lại với ông

-- Không chỉ trong niên hạn 12 năm mà, nó còn đeo đẳng ông tới hôm nay!!!

Là một người thân, có tính cách gia đình, với nhà văn Cung Tích Biền / Trần Ngọc Thao, từ những ngày niên thiếu, nhà báo Vương Trùng Dương, hiện cư ngụ tại miền nam California, trong một bài viết tựa đề *"Cung Tích Biền giữa hai lần đạn"*. viết:

"… Từ 1968 đến 1973, (Cung Tích Biền) mang lon Đại Úy Quân Lực Việt Nam Cộng Hòa. Trú đóng ở tiền đồn, Đức Hòa Hậu Nghĩa, năm 1970 về căn cứ Trảng Lớn, Tây Ninh. Năm 1973 giải ngũ, cư ngụ tại Sài Gòn.

"Sau tháng Tư năm 1975, đi học tập cải tạo thời gian ngắn, cùng tổ với Mai Bá Trác và Nguyễn Quốc Chính. 'Mất nhà cửa vì bị tịch thu, (duyên cớ là ở nhờ nhà chị vợ, chị đi Mỹ, nhân thể tịch thu, người ta hốt ráo bất luận của ai ra sao). Nghèo khó ra đi, vợ ra tới cửa nhào vô lấy cái nôi của đứa con thơ, bị cậu quân đội Tân Bình ngăn lại không cho. Con cái ra nằm trần trên nền đất lề đường. Sau, ở nhờ nhà thi sĩ Đoàn Minh Hải...'

"Cũng như hằng triệu người miền Nam thất sủng, đói khát bương chải đủ thứ nghề, chạy xe ba gác, xe ôm chỗ Ngã Ba Ông Tạ. Đi làm thợ mây tre lá tuốt bên quận Tư cùng Chu Vương Miện và các thầy chùa ăn mặn, sướt máu bàn tay. Ra tận Bình Dương học nghề sơn mài bị sơn ăn sưng da phù mỏ. Ra đầu đường bán sách cũ, dọn vỉa hè bán cà phê bò kho, thu gom ve chai... Năm 1976 xuống tận Cà

Mau làm cu ly xây trại nuôi heo cùng Thế Phong, Nguyễn Thụy Long.

**

Trong số những bài viết về cõi giới văn xuôi Cung Tích Biền, tôi rất thích tiểu luận công phu của nhà phê bình văn học Đinh Từ Bích Thúy, bài viết tựa đề *"Phẩm tiết Cung Tích Biền: nhìn thẳng vào mặt trời và cái chết"*.

Họ Đinh đã ra khỏi tiểu luận của mình bằng ghi nhận:

"Khi được hỏi về ý niệm thánh (hóa) thể/ đồng cảm (*communion, transubstantiation*) thấm nhuần trong những tác phẩm của ông, Cung Tích Biền nói với người viết rằng ông là một Phật Tử, lớn lên trong một gia đình theo đạo Phật, nếu những tác phẩm trên có những ẩn dụ liên hệ đến Thiên Chúa Giáo, âu cũng là 'những suy nghĩ trùng hợp, những tầm ảnh hưởng là 'bất khả từ,' giữa Đông-Tây, Tôn giáo và Thế tục, Lịch sử và Chủng tộc, Đối trùng Quá khứ Vị lai… [vì] Con đường sáng tạo, Hành trình của sáng tác, luôn có một *Con Đường dẫn dắt bởi Vô minh, Vô thức…*'

"Thật vậy, do những tầm ảnh hưởng 'bất khả từ' giữa những thế cực, một người đọc sống và lớn lên ở ngoài nước vẫn có thể 'đồng cảm' với những tác phẩm của Cung Tích Biền cho dù kiến thức và kinh nghiệm sống của người đọc có thể hoàn toàn khác biệt với tác giả. Trong nghi lễ Công Giáo, cử chỉ nhận lãnh Mình Thánh Chúa biểu tượng cho ý niệm tu sửa và hội nhập, 'con người cần nhìn thẳng vào mình, cần suy tâm, trước khi ăn Mình và uống Máu Chúa.' (1 Corinthians 11:28.) Cách Cung Tích Biền khuyến khích chuyện ăn thịt người (*Qua Sông*), chặt từng khúc xác (*Xứ Động Vật Vào Ngôi*) quật mồ, ngậm xương (*Xứ Động Vật Màu Huyết Dụ*), đi tìm một phần hồn bị cắt đôi (*Thừa Dư, Xứ Động Vật Mưa Hồng*) là cách nhà văn muốn chúng ta hồi sinh: nhìn thẳng vào cái chết để vượt qua cái chết. Trong *Xứ Động Vật Màu Huyết Dụ* có cảnh nhân vật Kiên ngậm xương làm người đọc nghĩ ngay đến nghi lễ chịu Mình Thánh Chúa trong đạo Công giáo:

"… Lão Kiên ngây ngất, bất giác quỳ xuống đưa lưỡi liếm chiếc xương đen pha xám vừa nhặt lên từ mộ. Lão thè cái lưỡi không còn đỏ tươi như lưỡi son thời trai trẻ. Mà lưỡi lão xám màu, pha vô vàng đốm trắng bợn bợn như cái nang con mực tươi. Nước miếng lão chảy dòng như miệng đứa trẻ thơ mút kẹo. Miệng non tơ thèm thuồng lúc ngậm vú mẹ. Lão ngậm trọn cái xương tàn héo hon mòn nhỏ vào tận cổ họng, hai má phình ra, cố đưa cái hơi xương, cố nghe tiếng thì thầm của xương vùi lâu trong đất vào tận ruột sâu gan kín… Rồi lão nhả chiếc xương. Nhìn trời xanh khói núi. Thở. Lại nhắm tít hai mắt ngậm xương. Liếm. Mút… Lão nghe da thịt bờ ao chiếu ánh trăng. Nhớ màu nước mùa lúa trổ đòng đòng. Rêu và chim hoang đỉnh tháp. Cái xương cụt lốm đốm thạch tín bỗng đen dần ra. Lão định nhai luôn xương. Nuốt. Nhưng lão muốn kéo

     Thay Lời Bạt • DU TỬ LÊ

*dài cái vị tê tê từ não. Cái tâm thức hoang dại hôn
mê. Lại mút liếm ngọt ngào xương tàn. Liếm đau.
Liếm mãi… Lão tìm sữa Mẹ trong xương…"*

"Dưới ánh mặt trời, mỏ xương đen của Cung
Tích Biền dung dưỡng mọi nghịch lý trên đời:
Sống-Chết, Nam-Bắc, Đông-Tây, Tối-Sáng, Bạn-
Thù, Dơ-Sạch, Già-Trẻ, Trong-Ngoài, Thiếu-Thừa,
Ghét-Yêu, Yếu-Mạnh…

Mỏ xương đen của Cung Tích Biền là tử cung
của một vũ trụ bất diệt". (Nđd).

**

Ở khía cạnh khác, khía cạnh của tài năng Cung
Tích Biền, kể từ ngày cầm bút trở lại -- Tất cả những
gì ông viết xuống đều có chung một tâm-bão-ẩn dụ
-- Nhà thơ Nguyễn Lương Vỵ, một bằng hữu thân
thiết nhiều chục năm của họ Trần, viết:

"Tôi gọi ông là nhà văn Uyên Áo Và Trầm Mặc
Dị Thường giữa thời đương đại. Sức thấm đẫm và
lan tỏa của văn chương Cung Tích Biền, tôi tin, vẫn
còn vang vọng rất sâu xa về cái đẹp nhân văn, nhân
bản trong những trang văn đầy những *"Giọt máu
không màu / Giọt mưa không suốt / Máu là mưa"*
(Thơ Cung Tích Biền) của ông".

**

Dưới đây là một vài đoạn trích trong "Gia sản
trong bóng đêm", một trong những sáng tác mới
nhất của Cung Tích Biền:

Trích:

"Bát tiên là tám vị tiên, trong đó có một tiên Bà. Mỗi người ở một động đá trong đảo Bồng Lai, nơi của trường sinh bất tử. Trương Quả Lão là một trong tám vị tiên. Trương có một cái trống cơm và một con lừa. Lúc cỡi lừa Lão tiên thường quay mặt về phía đuôi con lừa. Con lừa đi tới, Lão nhìn lui. Lúc không cỡi, Trương Quả Lão thu nhỏ con lừa bỏ vào cái bị cói, rồi mang kè kè.

Câu chuyện thần tiên ấy đã mấy nghìn năm trôi. Tôi thì hiểu một cách khác: *Phép thuật không do nơi Thuật sĩ Trương Quả Lão. Chỉ là do con lừa biết tự thu nhỏ để rúc vào cái bị cói".*

[...]

Từ bé chí lớn, là người hay đi đó đây, gặp nhiều biết nhiều, tôi chưa từng thấy một con chó dòng-giống-nội-địa nào to lớn một cách kỳ dị như con chó Ung. Nó cao cỡ một con bò nghé, mập vừa đủ để khen là mập-đẹp. Đôi mắt như mắt người. Mỗi lần Ung nhìn, là, *như có cái nhìn tâm sự của con người từ trong một con chó nhìn ra.*

Điệu dáng Ung hiền hòa. Bộ lông đặc biệt dài như bờm ngựa, đều đặn, mịn như tơ, có một màu hòa hợp giữa Vàng với Đỏ. Màu Da cam.

Hai màu này hòa chung với nhau ắt màu vàng cầm chắc cái "thiệt thời". Nhưng màu đỏ cũng bị phỉ báng, chẳng còn nguyên màu. Nó bị ung ung, mơ hoặc. Sự phôi pha trong cuộc hóa màu này làm

 Thay Lời Bạt • DU TỬ LÊ

cho thân hình vốn khác lạ của con Ung càng thêm khác lạ, nửa thực nửa ảo. Màu vàng đã mất nhưng nó giữ được cái hồn trong màu tái sinh.

[...]

Buổi chiều, ngược ánh nắng, con chó Ung ngồi đắm đuối nhìn cõi tà huy mông lung, ta thấy nó như một *vật thiên nhiên*, như được trời đất dùng khói núi, mây mù của biển, pha màu mà vẽ ra.

Vì mệnh đời mau chóng đổi thay, còn đó mất đó, lên voi xuống ngựa tức thì, người đời gọi ví von đó là *bức tranh vân cẩu*, là hoạt hình có từ mây hoàng hôn. Con chó do mây đen xám tạo hình bay lãng đãng nơi chân trời, biến ảo khôn lường kia, rất khác con Ung. Ung ngồi đây, máu và màu chiều hãy còn chảy trong xương thịt. Nó biết nhìn mặt trời lặn, chờ đêm tới, một cách *vọng minh nguyệt*.

Tôi gọi đùa, *Con chó tương tư.*

[...]

Ung có một thân mình dài, bờ lưng và mông mập khỏe, bốn chân thon cao, thoạt trông như thân hình một con ngựa non. Rất lạ là dọc hai bên sống lưng của Ung gổ lên mỗi bên một vạch dài như một đôi cánh, có tượng hình mà không mọc ra được. Tiếc cho một hóa kiếp chưa thành. Nếu đôi cánh mọc ra đầy đủ, Ung sẽ là một con vật thần thoại, *ngựa có cánh*, thời nhân loại có con lân mặt người, thánh nữ giao hợp với thần linh để ra những thần nhân.

Con Ung rất cần đôi cánh, rất muốn bay về trời, mà kiếp này đành ngồi đây, nhìn Sài-gòn trong tư thế bốn chân.

[...]

Ung là con vật nuôi của Phiêu Thiền Dật sĩ. Một lần tới chơi tôi ngạc nhiên thấy Ung nhìn khách lạ, không sủa tiếng nào. Nó lặng lẽ từ hiên nhà đi thong thả vào trong, nằm ung dung dưới chân ghế của Phiêu Thiền.

"Càng ngày mọi người nhận ra con Ung bị câm. Câm mà không điếc. Nó nghe, nó hiểu đủ cả. Nó làm đủ thứ cử chỉ, vui mừng, tức tối, sợ hãi, qua cách nhảy cỡn, dúi mũi vào ống quần một ai đó, nó cười, hoặc bỏ chạy, rúc vào một chỗ tối trú ẩn khi nghe lời hăm dọa, *Tao giết mày, tao thịt mày con vật dị tướng.*

Nếu là người, câm mà không điếc là chết toi. Vì mất quyền phát biểu. Vì nghe đủ mọi điều dao găm mã tấu, đặt điều, vu oan, những *"hố xí ngôn ngữ"* thân ái xài xả láng cho nhau. Nghe, cảm, hiểu, máu trăm độ lên não, mà không cãi lại được, không giải bày được, tức thì *"hộc mở máu mà rồi đời"*. Chết cái rẹt khi máu chưa kịp lạnh trong thân người.

Con Ung không phải là người, nên nó hạnh phúc hơn con người. Cứ nghe mọi sự đời, bình thản như chưa từng nghe.

Cuộc đời của Ung cũng thảnh thơi tự tại, nhờ nó câm".

[...]

"Phần con Đốm.

"Thời hòa bình mà, lẽ ra thôi điên, con này lại điên tiếp. Một cái điên kỳ ảo, khó giải mã. Một cái điên của món ngon vật lạ, của sóng dữ, của mơ màng bức tranh thủy mặc.

Chừng thời đại thái hòa, trù phú những ngôn ngữ hạnh phúc trên khẩu hiệu, thừa mứa những thỏa mãn điều mơ ước của chúng ta trên giấy tờ, thời đại của lời hứa, và mong gió mang đi, nó đẻ ra trong nhân gian những niềm tin hoang dại, mang lại những đợi chờ rất dài lâu nhưng không mong đợi thì có gì / còn gì ngoài mong đợi.

Tôi chẳng hạn. Tôi luôn nghĩ và tin vào những điều có thật, sự thật, và luôn sống với nó. Củ khoai là củ khoai; sờ vào biết mình có thật cái đầu gối; tôi không thể ngủ với vợ mình bằng một cái dương-vật-ảo; ho cảm sổ mũi thì nước mũi không thể chảy ra từ cái lỗ rốn, và vân vân. Mọi sự đã có tình tự, trật tự. Có từ tự nhiên, thiên nhiên. Có từ xếp đặt do xã hội con người.

Sự thật khó thể đục rỗng.

Nhưng khi tiếp cận với thời đại con Đốm thì mọi sự thật bị tẩy xóa, tôi bị sự huyễn hoặc lay chuyển. Tôi phải lấy điều không-thật làm thật. Và, vừa bước đi vừa nhắm mắt, đi trong thế giới của Đốm.

12

"Thế giới ấy ướt đẫm tiếng kèn đồng ủy mị phát ra từ cổ họng một con vật. Chưa quá nửa đêm tịnh vắng đã nghe con Đốm vội vã gáy ra tiếng gà trống thanh thót, lanh lảnh. Đó là lời kêu xin mặt trời hãy trồi lên, sớm một giây là hoan hỉ một giây.

Tôi mơ màng tin một điều mà khi mở mắt biết rằng vô lý, rằng:

"Chừng trong con chó Đốm có chứa một vài triệu cử tri, có nhiều triệu các loài chim chóc, hổ mang, sâu bọ, bò chét, bồ câu, phượng hoàng, thằn lằn, cọp trắng, rồng xanh trong nó, nên cứ nửa đêm về sáng là nó lồng lộn, đau đớn lẫn hân hoan, gào thét liên hồi.

Chừng nó không chịu được cái bóng tối, cái làn gió, cái hơi người, sũng ướt hay khô cằn quá, nó điên".

**

Loài chó trong thế gian có một thứ thống nhất, đó là tiếng sủa. Chó ông Obama, chó ông Tập Cận Bình đều sủa na ná nhau. Chẳng con nào vì tự ái đông tây, vì bản sắc dân tộc mà tạo ra cái cách đặc trưng Tàu hay Mỹ.

Nhưng cái thế giới đẫm tiếng kèn đồng này, tiếng sủa lẫn giọng sủa của con Đốm kỳ quặc lắm. *Nó giăng ra cái lưới hão huyền. Khi gắt gỏng gấu gấu. Khi than thở, gầu gầu trong cổ họng. Khi khóc rống như con heo bị thọc huyết. Đúng là giọng con heo khi bị treo ngược, tuôn máu họng. Tiếng kêu sắc như lưỡi dao, hụt hẫng, cháy bùng.*

13

"Người bà con hàng xóm lắm khi bàng hoàng nghe con Đốm hí vang tiếng ngựa. Trong cổ họng của nó như có lắp sẵn một cái micro. Nó sủa ra nhịp lục lạc ngựa. Nó cục tác cục tác. Rồi Đốm phát ra ầm ầm tiếng trống giục giã. Nó làm tiếng quạ kêu nghe ghê rợn, như có tin báo cái chết gần kề.

Hiện đại hơn con lừa trong đảo Bồng Lai, con Đốm không tự thu mình rúc vào cái bị cói.

Đốm là đại điện bát ngát cho muôn loài cùng lên tiếng ở nơi này, hôm nay. Nó facebook, liên kết, hòa mạng, một cách tuyệt vời.

Con Đốm có thể biến một mùa đông ra một mùa hè cho bọn học trò mơ mộng bằng cách phát ra nghìn tiếng ve, làm ra âm thanh lá, rào rạt xao xác trong gió thoảng.

14

Cứ nghe tiếng sủa / kêu / hí / gáy / hú / hống / gầm của con Đốm, ta phong phú hình dung, mỗi đầu người là một ngọn cây xanh lá, triệu người triệu cây. Giữa chốn đại-ngàn-sinh-linh-rừng-rú-đầu-người ấy, con cọp đang về ngồi gần con quạ, con chuột thân ái bên cạnh con mèo, con gà đang đứng trên lưng con sư tử, gà gáy phần tao sư tử hống phần mày. Mồm sư tử ngôn ngữ sư, lưng sư tử ngôn ngữ gà. Phụ chú thêm là tiếng than đau của những loài bị săn đuổi trên đường chạy, tuyệt lộ tuyệt chủng, tê giác bị giết lấy sừng, đàn voi bị đốn hạ lấy ngà, con cọp lăn quay để con dao lột da, lóc thịt lấy xương nấu hổ cốt, cá mập loại xịn chỉ còn vài trăm con bơi mệt nghỉ nơi đại dương để trốn cái lưới người. Nghĩa là, như thể, dù giọt nắng cuối cùng, dù cơn mưa ít hạt, bọn vạn vật cùng thân ái tụ họp trên một sân khấu chung, mở một dàn đồng vọng.

Trong tháng ngày âm u, rừng âm thanh này là cây cao bóng cả tỏa bóng. Cái thế giới tối đen trở nên nóng bức và rạo rực, chờ cháy. Cái lực vô hình được huy động, qua âm thanh, có thể biến ra động đất, sóng thần, những lửa thiêu hủy tối tăm.

Con Đốm là thu tập thiên thu Tiếng Động, tụ gom núi cao, hang động, sông hồ, thân cây ngọn cỏ, bùn và sỏi, xương khô, đất mục về một nơi, viên tròn, và nhả chúng ra từ duy nhất một cổ họng.

**

Đó đây có khi một đôi người lắm tài vặt, giả giọng đủ thứ tiếng loài vật chim chóc, đủ thứ âm thanh nhạc cụ, lên sân khấu trình diễn kiếm tiếng vỗ tay, tiền bỏ túi. Đó là góp vui cho đời.

Đằng này con Đốm, con chó *"khổ nạn qua hai thời kỳ"* là bạn của con người, nhưng nó không góp vui theo kiểu con người. Chỉ là cái cách của muôn

 Thay Lời Bạt • DU TỬ LÊ

loài. *Chỉ là mong chờ cái Ánh dương, cái Bóng tối, cái Tận cùng thăm thẳm hư vô may ra chia sẻ.*

[...]

Phiêu Thiền kể xong câu chuyện Đốm và Ung, chừng tinh anh đã kiệt, da mặt bỗng tái nhợt, ánh mắt như có bụi mù hòa lẫn, giọng nói trở nên xa xôi như bên kia suối.

Chừng như chuyện về loài vật, về sỏi/đá/cỏ/lá, cũng có chỗ hiển linh của nó. Con vật có những vạch trên lưng đã mở tâm linh cho Phục Hy, gầy ra bát quái. Con ngựa Đích Lư, được cho là loài phản chủ, đã từng bay qua vực thẳm để cứu sống Lưu Bị. Chiếc lá khô từng thay thuyền đưa Bồ-đề Đạt-ma qua Trường Giang, thuở trên sáu nghìn cây số nước rộng bờ xa chưa một cây cầu. Con Rùa vàng đã thu lại kiếm báu từ tay một bậc Đế vương…

Phiêu Thiền đứng không vững. Chúng tôi lây lất như mây, mà không bay được như mây.

[Hết trích]

******

Trong ghi nhận của tôi, chúng ta cũng có những nhà văn đã bước qua tuổi bảy mươi, vẫn còn sáng tác. Nhưng hầu hết là những cố gắng đẩy ngược dốc khối đá lớn hơn trọng lượng thân thể mình… Để cuối cùng, tiếc thay, vẫn không nhận ra rằng, đã gặp chiếc bóng rách nát, không hình dạng (trong khi ngay chiếc bóng thời xuân sắc của họ, vốn đã không lấy gì làm "hoành tráng" lắm!)

Với tôi, Cung Tích Biền là một biệt lệ. Càng bước gần tuổi tám mươi, bút lực của ông càng sung mãn; với một tâm thái bát ngát minh triết, chứa chan những hồi chuông nhân bản, lai tỉnh xã hội càng lúc càng biến dạng. Quái thai.

Chọn cho mình một chân trời chữ nghĩa mới. Chân trời hư huyễn máu, xương, những trang văn của Cung Tích Biền như những tấm gương chói lọi nỗi buồn và niềm đau kín kẽ. Ông mặc khoác cho hư huyễn, cho ẩn dụ văn chương của ông, chiếc áo thời thế. Ông đi giầy, mang vớ cho hư huyễn truyện của ông, hiện thực xã hội hôm nay -- Tựa đáy vực, một nhân loại khác đã hình thành. Hãnh tiến!!! Trưởng nở.

"Gia sản trong bóng đêm" chỉ là một trong rất nhiều thành tựu ngời ngợi chữ-nghĩa-hôm-nay của Cung Tích Biền.

Tôi muốn nói, dù phải sống với oan khiên, như vết chàm, như chiếc bóng định mệnh bất hạnh đời mình, nhưng, cuối cùng, họ Trần vẫn không hề lỗi hẹn với văn chương. Chẳng những thế, ông còn cho chữ và, nghĩa của ông, những khấp báo trầm thống!

Ông là một nhà văn miền Nam, sau biến cố 1975, xứng đáng với hai chữ Nhà-Văn-viết-hoa. Theo tôi.

Du Tử Lê

(Garden Grove, May 2015)

MỤC LỤC

Nhà xuất bản Thao Thao
Tổng phát hành trên toàn thế giới
Đặt mua sách:
info@thaothao.net

9 781733 131735